આપવું એટલે પામવું

કથાબીજ અને પરિકલ્પના
હરિકૃષ્ણ મજમુંદાર

સંકલન અને આલેખન
વિજય શાહ

 **આદર્શ પ્રકાશન**
'સારસ્વત સદન', ૧૭૬૦, ગાંધીમાર્ગ, બાલા હનુમાન સામે,
અમદાવાદ ૩૮૦ ૦૦૧

AAPVUN ETALE PAMAVUN
by Vijay Shah
Pub. by Adarsh Prakashan, Ahmedabad 380 001
Mail us : info@adarshprakashan.com
Visit us : www.adarshprakashan.com
2015

ISBN 978-93-83767-12-0

પ્રકાશક
કૃષ્ણકાંત મદ્રાસી
આદર્શ પ્રકાશન
'સારસ્વત સદન', ગાંધી માર્ગ, બાલા હનુમાન સામે,
અમદાવાદ 380 001
◘
પ્રથમ આવૃત્તિ : 2015
◘
© વિજય શાહ
◘
US $ 10/-
◘
મુદ્રક
ગીત ઓફસેટ
આશ્રમ રોડ, અમદાવાદ 380 009

સુજ્ઞશ્રી કરસનભાઇ હીરાભાઇ પટેલ

જેમ ગંગા નદીને યાદ કરીએ ત્યારે હિમાલયનો ઉલ્લેખ કરીએ છીએ. તેવી રીતે 'આપવું એટલે પામવું' પુસ્તક વિષે વાત કરીએ ત્યારે તેનાં મૂળમાં રહેલાં સુરેશમામાના પિતાશ્રી કરસનભાઈનાં જીવનમાં ડોકીયુ કરવું જરૂરી છે.

બારડોલી તાલુકાનાં વઢવાણિયા ગામમાં ઈ. સ. ૧૯૧૧માં માતા રામીબેનની કોખે પૂ. કરસનભાઈનો જન્મ થયો. લેઉઆ પાટીદાર સમાજમાં એક દીપ પ્રગટયો. સધ્ધર આર્થિક સ્થિતિ ધરાવનાર પિતા હિરાભાઈના ઘરમાં ધાર્મિક વાતાવરણને કારણે હંમેશા ભજન-સત્સંગનાં રંગે રંગાયેલા એવા કરસનભાઈનું જીવન ભક્તિમય બની રહ્યું. પ્રાથમિક શિક્ષણ વતનમાં અને માધ્યમિક કડોદમાં મેળવ્યું.

૯ વર્ષની નાની વયે તેમનાં લગ્ન થયાં. ૫ સુપુત્રી અને ૪ સુપુત્રોથી તેમની જીવન વાડી હરીભરી હતી. તમામ સંતાનોને ઉચ્ચ કેળવણી આપી. અને તેઓ અમેરીકામાં સ્થાયી થયાં. પાશ્ચાત્ય રંગોથી રંગાય નહીં તે અંગેની જીવનશૈલીથી તેમનાં બાળકોનું ઘડતર કર્યું. અનેકવાર વિદેશ પ્રવાસ કરવાં છતાં 'કાયમી વસ્તુ છોડે ને કામચલાઉ પકડે તેનાં

બેઉ બગડે' એવા કોઠાસૂઝથી અને માતૃભૂમિ પ્રત્યેનાં પ્રેમથી પ્રેરાઈને તેઓએ ભારતમાં વતન વઢવાણિયામાં જ કાયમી વસવાટ રાખ્યો હતો.

રામ કબીર ઓઈલ મીલ અને ૧૦૦૦ વીઘાની ખેતીનું સફળતાપૂર્વક આયોજન કરતાં કૃષિકર્મ એમનો ઋષિધર્મ બની રહ્યો હતો અને તેમણે જાહેર જીવનમાં ઝંપલાવ્યું. અનેક શૈક્ષણિક, સાંસ્કૃતિક, સામાજીક તેમજ તબીબી સેવા સંસ્થાઓ સાથે સંકળાયેલા હતાં. અનેક સંસ્થાઓમાં દ્રવ્યદાન કરતાં રહ્યાં. કલ્યાણની ભાવનાથી તેઓએ અનેક ચેરીટેબલ ટ્રસ્ટોની સ્થાપના કરી.

તેઓ ભારોભાર રાષ્ટ્રપ્રેમની ભાવનાથી રંગાયેલા હતાં. ૧૯૨૯ની બારડોલીની લડત વખતે સ્વાતંત્ર્ય સંગ્રામમાં તેઓ જેલમાં ગયેલાં. સ્વાતંત્ર્ય સેનાની તરીકે મળતું પેન્શન એમણે સ્વીકાર્યું ન હતું. તેઓ કહેતાં, 'પેન્શન માટે જેલમાં ગયો ન હતો પણ દેશ માટે ગયો હતો!' ૧૯૪૨ સુધી ગાંધીજી અને સરદાર સાથેનાં સંપર્કમાં રહી, આઝાદીની ચળવળમાં ભાગ લેતાં રહ્યાં. વિવેકાનંદનાં જીવન ચરિત્રનાં વાંચનનો તેમના જીવન પર ઉંડો પ્રભાવ રહ્યો.

જીવનમાં દુઃખને કયારેય દુઃખ ગણ્યું નહતું. ઈશ્વરને આગળ રાખીને જે કાંઈ છે તે ઈશ્વરનું આપેલું છે અને તેણે આપેલું પાછું આપવું અને આપીશું તો જ પામીશું, વાવીશું તો જ લણીશું. એ એમની જીવન દ્રષ્ટિ રહી હતી. શ્રમનું ગૌરવ, કલ્યાણની ભાવના, વિનાશની પાછળજ સર્જન થતું આવે છે. કયારેક પ્રલય તો સદાય પરિવર્તન એ કુદરતનો કાનૂન છે. આ પ્રકારનાં જીવન મૂલ્યો એ એમનાં શાંત અને સ્વસ્થ જીવનનાં પાયામાં રહેલાં હતાં. આ સંસ્કારથી હરીભરી તેમની જીવનવાડીનું એક ફૂલ એટલે શ્રી સુરેશભાઈ પટેલ.

– જયંત મહેતા

સુરેશભાઈ પટેલ - 'સુરેશ મામા'

ગુજરાતનાં બારડોલીનાં વઢવાણીયા ગામમાં ૧૯૫૨માં લેઉઆ પાટીદાર સમાજમાં, સંસ્કાર સભર કૂળમાં એક દીવો પ્રગટયો. 'સુરેશમામા' જેની રોશની હાલમાં અમેરીકામાં સાન ફ્રાન્સીસ્કોમાં ઝળહળી રહી છે અને માટે જ કહેવાય છે,

'મામાનું ઘર કેટલે, દીવો બળે એટલે.
દીવો તો મેં દીઠો, મામો લાગે મીઠો.'

તેમનાં દાનનાં દીવાની રોશનીએ કૈંક ઘરોમાં ઉજાસ ફેલાવ્યો છે. અને માટે એક સમાજ સેવક તરીકે 'મામા'નું લાડકવાયુ બિરુદ પામ્યા છે. અને માટેજ સુરેશમામા દરેકને અને ખાસ તો જરૂરિયાતમંદોને મીઠા લાગ્યા છે.

માતા-પિતાના આધ્યાત્મિક સંસ્કારોથી રંગાયેલાં શ્રી સુરેશભાઈ પટેલ લગ્ન પછી પત્નિ ઉર્વશીબેન સાથે અમેરીકા સ્થિત બન્યાં છે. મોટેલ ક્ષેત્રે ઘણી પ્રગતિ સાધીને મા લક્ષ્મીની તેમનાં પર અસીમ કૃપા રહી છે. અને તેઓએ તેનો ઉપયોગ અગણિત સમાજ સેવામાં કર્યા છે. આ દંપતિએ તેમનાં ખાનદાની સંસ્કારોને વર્તમાનમાં ઉજાગર

કર્યા છે. અને ભારતનાં બારડોલી, સુરત અને અમેરીકાનાં સાન ફ્રાન્સીસ્કોને જોડતી એક સોનેરી જીવંત ગુજરાતી કડી બનીને અનેક સેવાકીય કાર્યો કર્યા છે. ભારતમાં કારગિલમાં ત્રાસવાદીઓ ખાબક્યા ત્યારે કે ધરતીકંપ થાય કે અનાવૃષ્ટિ, કોઇપણ કુદરતી આપત્તિ આવે ત્યારે આ ખાદીધારી સાચો સેવક તન - મન અને ધનથી તેની વહારે ધાયો હોય જ.

ઘણી બધી જાહેરસેવા અને સાંસ્કૃતિક પ્રવૃત્તિઓ સાથે તેઓ સંકળાયેલા રહ્યાં છે. ચેરીટેબલ કેર ફાઉન્ડેશન. ફેડરેશન ઓફ ઇન્ડો-અમેરીકન ઍસો. ઓફ સીતારામ, ઇન્ડીયન કલ્ચરલ ઍસો., ભારતીય સંસ્કૃતિ સંવર્ધક ટ્રસ્ટ, ફેડરેશન ઓફ નોર્ધન કેલિફોર્નિયામાં ઍડવાઇઝરી કમિટિ જેવી અનેક સંસ્થાઓમાં પોતાનો સેવાકીય ફાળો આપે છે.

કેલિફોર્નિયાની મીલપીટાસને બારડોલીની સહિયર સીટી બનાવી પાલો આલટો શહેરને સુરત નગરી સાથે ભગિનિ સંબંધ સ્થપાયો ત્યારે તેમને ગુજરાતી હોવાનું ગર્વ હતું.

ભારતમાંથી આવનાર અનેક સાહિત્યકારો, ધાર્મિક કે રાજકીય નેતાઓ, કલાકારોને અમેરીકામાં સુરેશભાઇ દંપતિનું આતિથ્ય અચૂક સાંપડતું. અને એ પણ એક લ્હાવો ગણાતો. તેમનું ઘર એક મંદિર સમાન છે. અને તેમનાં ઘરમાં બનાવેલું મંદિર ખરેખર! દર્શન કરવાં યોગ્ય છે. તેઓ અતિથિને પણ દેવ ગણે છે. અને માટેજ તેમના ઘરનું નામ વૃન્દાવન રાખ્યું છે જેમા તુલસી કયારા જોવા મળે છે. એમના આંગણે ગયેલ જરૂરિયાતમંદ કયારેય ખાલી હાથે પાછો જતો નથી. અને માટે જ તેઓ સૌના માનીતા ‘મામા’ બન્યાં છે.

તેમનાં પત્નિ ઉર્વશીબેન ખરા અર્થમાં તેમના સહધર્મચારિણિ છે. મા અન્નપૂર્ણાની તેમના પર અસીમ કૃપા છે. સાદાઇ અને સહજતા તેમનું ઘરેણુ છે. સદાય હસતો ચહેરો તેમનાં સુખી જીવનનું રહસ્ય છે.

તેમના સ્વભાવને અનુરૂપ દીપ બનીને પ્રકાશ ફેલાવવો અને આનંદ પ્રસરાવવો. આ બે ગુણ ધરાવતાં સંસ્કાર જે ભડ ગુજરાતી, ભડ પટેલ સુરેશમામા થકી તેમના કૂળદિપક સંદીપ અને આનંદમાં જોવા મળે છે. તેઓ પણ જયાં જેમને જેટલાં ટેકાની જરૂર હોય તેમ ટેકો કરવામાં પિતાનાં પગલે ચાલી રહ્યાં છે.

'આપવું એટલે પામવું'ની દાદાની ટહેલ એમનાં કૂળમાં સંસ્કાર રક્ત બનીને વહે છે. અને તેથીજ મને લાગ્યું કે,

સુરેશ મામા
આખા ગામનાં મામા
નામના નહીં, સાચે જ કામના.

– જયંત મહેતા

પ્રસ્તાવના

કલ્પના રઘુ

બે એરિયા, કેલીફોર્નિયાના વડલા સમાં પૂ. હરિકૃષ્ણ મજમુંદાર 'દાદા'નું જીવન એટલે નિવૃત્તજીવનની પરાકાષ્ઠા. ૯૫ વર્ષની વયે પહોંચેલી આ એવી પ્રતિષ્ઠિત વ્યક્તિ છે જેમનું જીવન દરેક નિવૃત્ત વ્યક્તિનાં જીવનનું પ્રતિબિંબ છે. એમની પાસેથી કથાબીજ લઈને લેખન-જગતમાં વડલા સ્વરૂપે નવલકથા બનાવીને રજૂ કરનાર હ્યુસ્ટનનિવાસી લેખક શ્રી વિજય શાહને દાદ આપવી ઘટે. તેઓ પોતે નિવૃત્ત વયમાં પ્રવેશ કરી ચૂકેલાં છે અને તેમણે નિવૃત્તિનો રસાસ્વાદ કર્યા બાદ ભરપૂર અનુભવોનાં રસથાળ સાથે નિવૃત્તિને લગતાં અનેક પુસ્તકો પુસ્તકજગતમાં વહેતાં મૂક્યાં છે. તેમનાં પુસ્તકોનાં નામનો અત્રે ઉલ્લેખ કરીશ તે યોગ્ય ગણાશે, જેમકે 'નિવૃત્તિની પ્રવૃત્તિ', 'નિવૃત્તિનું વિજ્ઞાન', 'અંતિમ આરાધનાની પળે', 'વરિષ્ઠ નાગરિકનું સુખ', 'મન કેળવો તો સુખ' તથા 'લીલી વાડી જેણે જોઇ તેમને માટે તો મૃત્યુ એટલે મહોત્સવ' વિગેરે. પરંતુ તેમનું આ પ્રકારનુ લેખન અને આ પુસ્તક 'આપવું એટલે પામવું' એ ભિન્ન અને ઉચ્ચ પ્રકારનું છે.

આ પુસ્તક સમગ્ર નિવૃત્તજગતમાં અલગ તરી આવે છે, જેમ કે ગગન મંડળમાં ધ્રૂવનો તારો તેની અચળતાને કારણે છે તેવી રીતે નિવૃત્તિને એક નવલકથા સ્વરૂપે વર્ણવવી એ વિજય શાહનો આગવો પ્રયાસ છે અને વાચકગણ તેને મન ભરીને માણશે તેમાં શંકાને કોઈ સ્થાન નથી. અન્ય પ્રકારના લેખો ક્યારેક વાંચવામાં કંટાળો પ્રેરે, પરંતુ આ પુસ્તકની ખાસિયત એ છે કે નવલકથાને કારણે તેની રસધારા જળવાઈ રહે છે. તેથી વાંચનમાં રસધારા તૂટતી નથી. ૩૨ દ્રશ્યોથી બનેલી આ નવલીકાનાં તમામ દ્રશ્યોમાં એક નવો સંદેશ છે. વળી થોડાં થોડાં દ્રશ્યોનાં અંતે નવલીકાના શીર્ષકને અનુરૂપ અનુભવી અને જાણીતા કલમકારો માયા એન્જલુ, વીન્સ્ટન ચર્ચિલ, મધર

ટેરેસા, લાઓત્સે તુંગ વિગેરેનાં ક્વોટ્સ સુંદર રીતે ટાંકયા છે, જે ખૂબજ હ્રદયસ્પર્શી છે.

કથાના નાયક ક્રીસ બક્ષીનું વ્યક્તિત્વ બહુમુખી બતાવ્યું છે. એક સફળ પતિ, પિતા, શિક્ષક, સફળ વકતા, વકીલ, લેખક અને એક સામાજીક કાર્યકર ! વિના મૂલ્યે કાયદાના દાયરામાં રહીને, કાયદાનુ યોગ્ય અર્થઘટન કરીને, ડીસેબીલીટી, મેડીકેર અને સૉશીયલ સીક્યોરીટી બેનીફીટને લગતા પ્રશ્નોનુ નિરાકરણ કરનાર ભેખધારી એટલે ક્રીસ બક્ષી. તેઓ માનતાં કે બેનીફીટ એ ભીખ નથી. ગેરેટનું પુસ્તક 'શતાયુ થવાનાં રસ્તા' એ તેમને નિયમીત રીતે ૧૦,૦૦૦ પગલાં ચાલવા પ્રેર્યા અને તેઓ કહેતા કે આ તેમના દીર્ઘાયુષ્યની ચાવી છે. ખૂબજ હકારાત્મક આશાવાદી વલણ સાથે, ગીતામાં શ્રી કૃષ્ણે કહ્યા મુજબ ફળની આશા રાખ્યા વગર કર્મમાં માનતાં. ભૂતકાળને વાગોળવાનુ બંધ કરીને વર્તમાનમાં જીવવાનો સંદેશ તેમણે આપ્યો. લક્ષ્મી ડોબરીયાની 'મેંજ મને તક આપી' આ કવિતા ક્રીસના જીવનનો અરીસો છે. તેમનાં ઘરડા ઘર અંગેનાં વિચારો ખરેખર વાંચવા જેવા છે. તેમના જીવન થકી અનેક લેખકો જન્મ્યા. ઉંમર માત્ર આંકડો છે અને શિખવા માટે કોઈ ઉંમર નથી હોતી તેવું માનનાર ક્રીસ બક્ષીએ ૯૫ વર્ષની ઉંમરે સ્પેનીશ ભાષાના કલાસ ભરવાનાં શરૂ કર્યા. સમાજની અન્ય વ્યક્તિઓ અંતિમ સમયે પોતાના વીલની ચિંતા કરતાં હોય ત્યારે ક્રીસ બક્ષી તેમને હાર્ટએટેક આવ્યો ત્યારે એક માત્ર ચિંતા કરતા, તેમનાં 'જ્ઞાન વારસા' ને વહેંચવાની, તેમનાં કાર્યનાં વારસદારની, સમાજને ઘણી જરૂર છે, આવાં ક્રીસ બક્ષીઓની ખરેખર ! નિવૃત્ત લોકોને જીવવા માટેની જડીબુટ્ટી એટલે ક્રીસનું જીવન. લેખકે ક્રીસનાં પત્ની મુકતાબાને એક આદર્શ પત્ની તરીકે રજુ કર્યા છે. તેઓ માનતાં કે ક્રીસ માત્ર તેમનાં કે પરિવારના નહીં પણ સમગ્ર સમાજમાં વહેંચાયેલા છે. પતિની નસેનસને પારખનાર એક સમજુ અને આદર્શ પત્ની, ક્રીસના આધારસ્તંભ બનીને રહેનાર મુકતાબા વંદનને પાત્ર છે.

આ પુસ્તકમાં લેખકના વિચારોને દાદ આપવી ઘટે ! વિહંગ જાનીના પાત્ર દ્વારા ખૂબ સુંદર સંદેશો આપ્યો છે, 'નિવૃત્તિ એ તો સમાજ ને પાછું વાળવાનો સમય છે. તમારી પાસે જે છે તે આપો. પૈસા અપાય તો પૈસા આપો, તે ના અપાય તો તમે જે વિષયમાં

નિષ્ણાત હતા તે વિષયનું જ્ઞાન આપો. હૂંફ આપો. અન્નદાન કરો. લીફટ આપો. એવું કરો કે લેનારને ભાર ના લાગે અને આપનારના હૈયે દીવો થાય. તમે ભણ્યાં તે યુનિવર્સિટી, તમારું ગામ, તમારું કુટુંબ, તમારો દેશ સૌને આપતાં રહો.'

આમ લેખકે તેમના બહોળા અનુભવ દ્વારા 'દાદા'એ આપેલ કથાબીજ થકી યોગ્ય સંવાદ, પાત્રો, પ્રસંગો અને દ્રશ્યો દ્વારા રસક્ષતી ના થાય તેની કાળજી લઈને નાટ્યાત્મક રીતે વાર્તાના વૃક્ષને ઘટાદાર બનાવ્યું છે. આ વૃક્ષની શીળી છાંયામાં અનેક નિવૃત્ત લોકોને આશરો મળશે.

'આપવું એટલે પામવું, આપ્યા પછી ન કોઈ આશ;
આપો જ્ઞાન અને પામો હાશ, હાશ એજ મોટી ધનરાશ.'

કેટલી ગહનતા છે આ શબ્દોમાં ! આ સંદેશ તેમણે કથાના નાયક ક્રીસ બક્ષીના જીવન દ્વારા આ પુસ્તકમાં વહેતો મૂકયો છે. જે નિવૃત્તિમાં પ્રવેશેલ દરેક વ્યક્તિ માટે અલાદીનનાં જાદુઈ ચિરાગનું કામ કરશે. તેવી મને આશા છે. અનેક નિવૃત્ત લોકો પ્રવૃત્તિમય જીવન જીવી શકશે. આ પુસ્તક વાંચીને વાચકનાં જીવનનાં ઉત્તરાર્ધમાં સોનેરી સૂરજ ઊગે એવી મારી શુભેચ્છા.

આ રીતે શ્રી વિજય શાહે નિવૃત્ત લોકો માટેનાં લખાણનો જે ભગીરથ ભેખ ! હાથમાં લીધો છે તેને મારી દ્રષ્ટિએ પૂર્ણવિરામ મળશે, કારણ કે એક નિવૃત્ત વ્યક્તિ માટે આનાથી વધારે બીજું કાંઈ હોઈજ ના શકે. આમ શ્રી વિજય શાહ તેમના ધ્યેયની ચરમસીમાએ આ નવલકથા દ્વારા પહોંચી શકયાં છે. આ પુસ્તક નિવૃત્ત જગતમાં દરેક લોકો વાંચશે, માણશે અને નવાજશે તેમાં શંકાના સ્થાનને અવકાશ નથી. ખૂબ ખૂબ અભિનંદન વિજય શાહ.

–કલ્પના રઘુ

અવલોકનો

અવલોકન-૧

જિંદગીના બે અંતિમ છેડા વચ્ચે કોઈ એવી વ્યક્તિ આપણા જીવનમાં આવતી હોય છે જે અજાણતા આપણને આકર્ષે છે અજાણતા જ કોઈનું મળવું. જયારે જિંદગીભરનું સંભારણું બની જાય ત્યારે કલમ આપમેળે સહજતાથી લખવા માંડે ! અહી પુસ્તકમાં બે વાત આકર્ષણ કરે છે એક લેખકની સહજ કલમ અને ક્રીશ બક્ષીનું પાત્ર. લેખક સાક્ષીભાવે ક્રીશ બક્ષીના પાત્રને અને એના કાર્ય ને જુએ છે, સંભાળે છે અને કલમમાં ઉતારી છે જે માણસ રૂંવે રૂંવે જીવે છે અને બીજાને જીવવાનું બળ આપે છે એવા પાત્રને કલમ અને શબ્દો દ્વારા સાચવી સમાજમાં પ્રેરણા રૂપે મુકવો એજ નિસ્વાર્થ હેતુ લેખકનો છે અને માટે જ લેખક ઉપર બેધડક વિશ્વાસ મૂકી પુસ્તક વાંચવાનું મન થાય છે અને એક વાર શરુ કરેલું દ્રશ્ય અંત સુધી ખેંચી જાય છે. હું કહું કે તમે વાંચો તો હું લેખકને અન્યાય કરું છું તેમજ સાથે ક્રીશ બક્ષીના પાત્રને અજાણતા જ સામન્ય બનાવું છું અને ખરેખર વાત એમ નથી બને વ્યક્તિ લેખક વિજયભાઈ અને ક્રીસ બક્ષી એકબંધ છે જેને કોઈના શબ્દોની કે પ્રસ્તાવના ની જરૂર નથી. હાથમાં લીધા પછી પુસ્તક બાજુમાં મૂકવાનું મુશ્કેલ છે.

બે એવી વ્યક્તિ એક લેખક અને હરિક્રિષ્ણ મજમુંદાર જેમણે જિંદગીનો અર્થ પોતાના કાર્ય કરતા મેળવ્યો છે. બીજા માટે કૈંક કરવું એ જિંદગીનો મકસદ બંને નો છે, બન્ને થાકતા નથી. .. કોઈ છળ નહીં. કોઈ કપટ નહી. કોઈ વહેમ નહીં. જીતવું છે પણ દગા-ફટકાથી નહીં. કોઈને છેતરીને નહીં. શાણા દેખાવવું છે પણ કોઈને મૂરખ બનાવીને નહીં. મંજિલે પહોંચવું છે પણ કોઈનો પગ ખેંચીને નહીં. મહાન થવું છે પણ માણસ મટીને નહીં. અને બંને સેલિબ્રિટી આપ મેળે થાય છે...કદાચ અતિશયોક્તી લાગે તો પોતાની જાતને પુછી જો જો કે શું

આપણે બીજા માટે કૈક કર્યુ છે ? કે શબ્દો એની નોધ લે..બસ અહી હાજરીપત્રક વગરની નોંધ છે..અને રેતશીશીમાંથી પડતી રેત જેવી વાર્તા માટે વિજયભાઈને જશ જાય છે હું હોત તો આ પુસ્તકનું નામ-તમે આને ઓળખો છો ? આપત. આ નાનકડી જીંદગી માં ક્યારેક બે ઘડી અટકી ને વિચાર કરવાનું મન થાય તો આ પુસ્તક વાંચવાનો પ્રયત્ન કરજો અને કહેશો આનો લેખક કોણ છે ?

—પ્રજ્ઞા દાદભાવાલા

અવલોકન-૨

'ક્રીસ બક્ષી' જીંદગીના રંગમંચનું અનોખું પાત્ર – જે પોતાનું પાત્ર સફળતાપૂર્વક ભજવવા કટીબદ્ધ છે. સમય અને કાળનું જેને બંધન નડતું નથી. વયની મર્યાદા સાથે કોઈ લેવાદેવા નથી. અમેરિકા જેવા દેશમાં વયોવૃદ્ધ ઉંમરે આવી જે ઝંપે નહી. આળસને તેની સાથે કોઈ સગપણ નહી. અવરોધોને અવસરમાં ફેરવી જાણે.

'જે દેશમાં, મને શું લાભ' જેવું માનસિક વલણ હોય ત્યાં નિઃશુલ્ક સેવા આપવા તત્પર રહેવું. સમાજના હરએક વ્યક્તિ જેને જરૂર હોય ત્યાં પડખે ઉભા રહી સહાય કરવી. જે વ્યક્તિ આવા સદગુણોથી ઉભરાતી હોય તેને મસ્તક આપોઆપ નમે તેમાં શું નવાઈ ?

'ક્રીસ બક્ષી' દ્વારા સમાજના આવા ચુનંદા વ્યક્તિનો પરિચય પામીશું. જે અમેરિકા નિવૃત્તિ કાળ ગુજારવા આવ્યા. અંહી આવી આપણા સામાન્ય જનની વહારે ધાયા. કાર્ય સરળ હોય કે કઠીન તેનો અભ્યાસ કરી તેનો ઉકેલ લાવવા માટે જમીન આસમાન એક કરવા. તે પણ એક પેનીના વળતર વગર ! આખી જીંદગી હું એવા મતની છું કે ,'માત્ર માનવની કિંમત અને ઈજ્જત પૈસાથી નથી'. એનું જીવતું જાગતું ઉદાહરણ એટલે 'ક્રીસ બક્ષી'. કેલિફોર્નિયામાં ભારતથી આવેલા વડીલો માટે 'ક્રીસ બક્ષી' એટલે ૯૧૧. ગાંઠનું ગોપીચંદન કરી તેમની મુંઝવણને સુલઝાવવી.

અનુકૂળ પત્ની સાથેનો સુનહરો સહવાસ તેમના ભાગ્યમાં છે. સુખી કુટુંબ અને પ્રેમાળ બાળકોની મૂડી અઢળક મળી છે. તેમના કાર્યને મળતી સફળતા તેમને વધુ નમ્ર અને સમજદાર બાનાવી કાર્યરત રાખે છે. ૯૫ ઉપરની ઉંમરે જુવાનને શરમાવે તેવી ચપળતાથી હાથ ધરેલું કાર્ય કરે છે.

સ્વાસ્થ્ય માટે સદા જાગ્રત. અમેરિકન જજ સાથે ઘરોબો કેળવી કાર્યમાં સરળતા હાંસલ કરી. કાયદાનો અભ્યાસ કરી આંટીઘુંટી ઉકેલી તેમાંથી સરળ માર્ગ કાઢવામાં કાબેલિયત મેળવી. ભારતિયો પોતાને મળતા લાભથી વંચિત ન રહે તે માટે સાવધાન. તેમના હક્ક માટે જાગ્રતતા લાવ્યા.

'આપશો તો પામશો !' એ બ્રહ્મ વાક્ય.

—પ્રવીણા કડકિયા

અવલોકન-૩

"આપવું એટલે પામવું", સંવાદો સાથે વાર્તારૂપે કહેવાયલી આ જીવનકથા મને ખૂબ ગમી છે. આ કથાના બધા પાત્રોથી હું પરિચીત છું એટલે કહી શકું કે દરેક પાત્રને યોગ્ય ન્યાય આપવામાં આવ્યો છે.

પુસ્તક અમેરિકામાં નિવૃત જીવત વ્યતિત કરવા આવેલાઓ માટે પ્રેરણાદાયક છે. મારા પોતાના મન ઉપર પણ આની અસર થઈ છે અને કંઈક વિચારતો થઈ ગયો છું.

—પી. કે. દાવડા

આભાર...

વિશાલ મોણપરા, સુરેશભાઈ પટેલ, જયંતભાઈ મહેતા, બીરેન કોઠારી, પી. કે. દાવડા, પ્રજ્ઞા દાદભાવાળા, લક્ષ્મી ડોબરીયા, કલ્પના રઘુ.

અનુક્રમણિકા

૧. મુંબઈથી આગમન ૧૯

૨. જમનાશંકર - જજ ૨૧

૩. મીરાબહેનનાં પપ્પા ૨૫

૪. ગિરધારી ક્રીસ થયા ૩૦

૫. કેટલા બી વાવો છો તે સફળતાનો આધાર ૩૪

૬. જજ સાહેબનું જજમેંટ ૩૮

૭. મુક્ત થઈ રહેલ મુક્તાબા ૪૨

૮. ઈડરીયો ગઢ જીત્યા ૪૬

૯. આ દેશ તકોનો છે ૪૯

૧૦. મનનું નિયમન ૫૪

૧૧. ટોની સ્કાય એવોર્ડ ૫૭

૧૨. જ્યાં રહો ત્યાં મસ્ત રહો ૬૦

૧૩. જેની કમેટની વાત ૬૫

૧૪. પહેલાં પુસ્તકનું વિમોચન ૭૨

૧૫. મેં જ મને તક આપી ૭૬

૧૬. જજ સાહેબનો વારસો ૮૨

૧૭. રતન મહેતા ૮૪

16

૧૮. શતાયુ થવાની ચાનક ૮૮
૧૯. રતનલાલ મહેતા સમજ્યા ૯૪
૨૦. તમે ઘરડાઘરમાં છો તે વાંક છે કે વરદાન ? ૯૭
૨૧. માધવી અને પાર્વતી બા ૧૦૨
૨૨. રમણીકલાલ અગ્રવાલ ૧૦૯
૨૩. ક્રીસને હાર્ટ ઍટેક ૧૧૩
૨૪. ન્યૂ જર્સીની વરિષ્ઠ નાગરિકોની સભા-૧ .... ૧૧૯
૨૫. ન્યૂ જર્સીની વરિષ્ઠ નાગરિકોની સભા-૨ .... ૧૨૨
૨૬. ન્યૂ જર્સીની વરિષ્ઠ નાગરિકોની સભા-૩ .... ૧૨૭
૨૭. વિહંગ જાની ૧૩૩
૨૮. સુવર્ણા રાય અને યોગેશ જાની ૧૪૩
૨૯. ભાવુક કચ્છી ૧૫૩
૩૦. હોમાઈ વ્યારાવાલા ૧૬૧
• હરિકૃષ્ણ મજમુંદાર ૧૬૬
• વિજય શાહ ૧૭૦

1 મુંબઈથી આગમન

મીરા : ‘પપ્પા, મોટી ઉંમરે તમે ભારતથી આવ્યા છો. તમારે તો હવે આરામ જ કરવાનો છે.’

ગિરધારીલાલ : ‘મારી તો તું ચિંતા જ ના કરીશ મીરા. હું તો અહીં પણ ટ્યૂશન કરીશ કે વકીલાત કરીશ.’

મીરા : ‘પપ્પા, કહેવાય છે તેટલું સહેલું નથી .. અને હવે અમે ત્રણ ભાઈબહેનો અમેરિકામાં છીએ.. તમ તમારે તો મઝા કરો.’

ગિરધારીલાલ : ‘હું છે ને, કડાકૂટિયો જીવ. મને બેસી રહેવાનું નહીં ફાવે. મને ખાલી એટલું બતાવી દેજે કે બસ ક્યાંથી મળે છે, અને ગામની લાઈબ્રેરી ક્યાં છે..એટલે હું તો ખોળી નાખીશ.’

મૌલિક : 'અરે પપ્પા, હજી હમણાં તો આવ્યા છો. જરા પંદરેક દિવસ માટે ઝંપી જાવ. ત્યાં સુધીમાં તમારા સોશિયલ સિક્યોરીટીના કાગળો આવી જાય.'

મુક્તાબા : 'આવશે એ તો એના ધારાધોરણે; પણ એમને બેસાડી નહીં રાખવાના...અને આમેય આપણાં કહેવાથી રોકાઈ જાય તે તમારા પપ્પા નહીં.'

મીરા : 'પપ્પાને એક તો કાને ઓછું સંભળાય અને તમને આ પગનો દુ:ખાવો...મને તો વાંધો નથી; હું તો તેમને બધું બતાડીશ. પણ અહીં તમારો મેડિકેર ચાલુ ન થાય ત્યાં સુધી એકલા ફરવામાં જોખમ હોય છે. ક્યાંક પડી જવાય તો...?'

મુક્તાબા : 'અરે, એમને તો કશુંય ના થાય...ખબર છે, આજે પણ જો એ બે માઈલ ન ચાલે તો એમને અણખત થાય.'

મૌલિક : 'અરે વાહ ! પપ્પાજી...'

ગિરધારીલાલ : 'મુંબઈમાં આમેય બસોની ધક્કામુક્કી કરતાં ચાલતાં નોકરીએ પહોંચી જવું મને ગમતું...અને આમેય કહે છે ને કે જેના પગ ચાલતા તેનું નસીબ પણ ચાલતું. વળી પેલા શતાયુ ચીના અને જાપાનીઓ કહે છે ને કે શરીરનાં બધાં અંગોના પ્રેશર પોઇંટ પગમાં અને હથેળીમાં. તેથી ચાલતો જઉં અને હથેળીના પ્રેશર પોઇંટ દબાવતો જઉં.

મૌલિક : 'અને મુક્તાબાને ?'

ગિરધારીલાલ : 'એ તો ઊભી ઊભી રોટલીઓ ઘડે એટલે બધા જ પ્રેશર પોઇંટ દબાઈ જ જાય.'

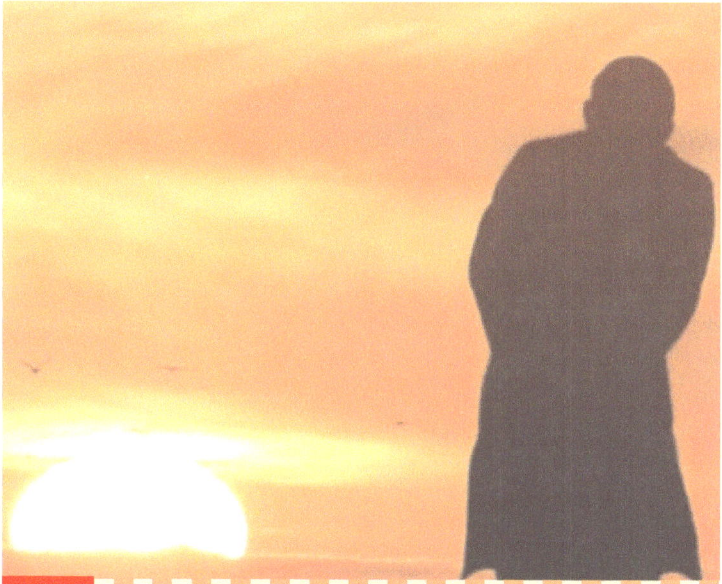

2 જમનાશંકર - જજ

મીરા : 'પપ્પાજી, આ કૉમ્યુનિટી કૉલેજ પર તમને આજે મૂકી જાઉં છું, પણ પ્લીઝ, મારી આવવા સુધી રાહ જોજો. ચાલવા ના માંડતા. ઘર અહીંથી ૩૦ માઈલ છે.'

ગિરધારીલાલ : 'તું મારી ચિંતા ના કરીશ. હું અહીં નહીં હોઉં તો બસ પકડીને પહોંચી જઈશ.'

મીરા : 'ના પપ્પા, મારી રાહ જોજો.'

'હવે હું અહીંનો ભોમિયો છું.'

'પપ્પા, આ શહેર બહુ મોટું છે અને હજી તો તમને અહીં બે વરસ જ થયાં છે.'

'ભલે, પણ હું ૬૭ વર્ષનો છું. પૂછતો પૂછતો ઘરે પહોંચી જઈશ.'

'ના. પપ્પા, મહેરબાની કરી મારી રાહ જોજો.'

'જો બેટા, તમે લોકો નાના હતા ત્યારે તમારા ઉપર કોઈ નિયંત્રણ લાદેલું ?'

'ના. પણ પપ્પા, આ મુંબઈ નથી. આ સાન ફ્રાન્સિસ્કો છે.'

'બેટા, હા. મને ખબર છે. પણ મને મારામાં વિશ્વાસ છે; હું પહોંચી જઈશ.'

'એટલે તમે નહીં માનવાના ?'

'ના. એવું નથી. પણ મને સાહસો કરવાનાં ગમે છે. અને સાચું કહું તો મારા કામ માટે મારે તારો સમય નથી બગાડવો.'

'પણ પછી તમે ભૂલા પડી જાવ અને તમને શોધવામાં અમારો વધુ સમય બગડે છે ને ?'

'અરે બેટા ! એવું નહીં થાય. તું ચિંતા ના કર.'

'પણ કદાચ એવું થયું તો ?'

'તો બેટા, તારું ચંપલ અને મારું માથું.'

'પપ્પા, હું તો મારીશ હં કે ? આ મુંબઈ નથી કે તમે ટેક્ષી પકડીને પહોંચી જશો.'

'હા બેટા ! તારી ચિંતા વાજબી છે પણ મને જ્યાં સુધી હું જાતે કરી શક્તો હોઉં ત્યાં સુધી કરવા દે. અને હું એક વખત ખોવાઈ જઈશ તો પણ તને ટેલિફોન કરીને બોલાવી લઈશ. ચિંતા ના કરીશ. જેમ મેં તારી નહોતી કરી તેમ જ..'

મીરાના મનમાં શબ્દો હતા, 'હા. પપ્પા. તમે અમને

છૂટા મૂક્યા ત્યારે તો મુંબઈ છોડી અમેરિકાને આંબ્યા..'

અને તે દિવસે મીરા તેમને લેવા ગઈ ત્યારે તેઓ ત્યાં નહોતા...ચિંતા તો થાય જ...પણ ઘરેથી મમ્મીનો ફોન આવ્યો કે ગીરધરબાપા કોઈક્ની રાઈડ લઈને ઘરે પહોંચી ગયા હતા.'

ઘરે પહોંચીને તે બોલી, 'પપ્પા, મને આજે ખબર પડી કે તમે તમે છો અને આ તમારા ગુણો છે કે જેને લીધે અમે આજે ઊજળાં છીએ.'

ગિરધારીલાલ મંદ મંદ હસતા હતા. બોલ્યા, 'આ રમણીક અગ્રવાલ આવ્યો છે ત્યારથી તેના દીકરાની અને વહુની ગુલામી સહે છે...રાઈડ મળશે તો આવીશ...અરે, શીખી જવાનું. આ શહેરમાં મન હોય તો માળવે જવાય જ ને ?'

'પપ્પા, કહો તો ખરા કે તમને રાઈડ કોણે આપી ?'

'હું બસ સ્ટૅન્ડ ઉપર ઊભો હતો અને ત્યાંથી જમનાશંકર ત્રિવેદી તેમના દીકરા સાથે જતા હતા. મને જોઈને ઊભા રહ્યા અને પૂછ્યું,'અરે, ગિરધારીલાલ, તમે અહીં ?'

'પછી ?'

'અમારી ભાવનગરની દોસ્તી...એટલે મને કહે, ચાલો ચાલો, ઘરે જઈશું અને પછી તમને મારી દીકરી મૂકી જશે.'

'ઓહ ! તે તો સરસ થયું.'

મુક્તાબા બોલ્યાં, 'એ ભાવનગર સ્ટેટમાં જજ હતા અને પપ્પાએ તેમની નીચે વકીલાત શરૂ કરી હતી.'

ગિરધારીલાલે વાતને પૂર્ણાહુતિ આપતાં કહ્યું, 'ક્લાસમાં

ગયો અને ખબર પડી કે ક્લાસ આજે રદ થયો હતો. લાઈબ્રેરીમાં ચાર કલાક કાઢવાને બદલે પેલા જેક્કે ગમ્મત કરતાં પૂછ્યું કે અહીંથી ઘરે જવા શું કરવું. અને એણે મને બસ સ્ટૅન્ડ બતાવ્યુ અને રૂટ પણ બતાવ્યો..એટલે ૩૦ માઈલની સફરનો પહેલો ફર્લાંગ પૂરો કર્યો..અને કહે છે ને કે હિંમતે મર્દા, તો મદદે ખુદા.. અને જમનાશંકર ૩૫ વર્ષે મળ્યા અને તરત મને આ મારી બજરથી ખરડાયેલી બંડી જોઈ ઓળખી કાઢ્યો.'

મુક્તાબા કહે, 'અને પપ્પાને બરોબર લબડ ધક્કે લીધા...અમેરિકામાં આવીને બે વરસ થયાં અને તમને કામ નથી મળતું એ તો કંઈ ચાલે ?'

ગિરધારીલાલે ભૂતકાળને ડહોળતાં કહ્યું, 'બહુ કડક જજ હતા. કોઈની શરમ ના રાખે...અને લાંચિયા લોકો સામે તો તેમને બહુ જ રોષ...જોકે હું મારો પહેલો કેસ એમના એ રોષને લીધે જીતી ગયો હતો.'

'કેવી રીતે ?'

'મને ખબર કે એમને લાંચ કોઈ આપવા જાય તો તે કેસનો ચુકાદો વકીલોની દલીલ સાંભળ્યા વિના નક્કી થઈ જાય. જે લાંચ આપવા જાય તે જ હારે.' મીરાને હવે પપ્પાની વાતોમાં રસ પડ્યો. 'પછી તમે લાંચ ના આપી ને ?'

'ના. આપી ને.. પણ મારા અસીલના નામે નહીં. સામાવાળાના નામે અપાવીને...' મુક્તાબા અને મીરા બંને હસતાં હતાં.

3 મીરાબહેનનાં પપ્પા

બીજા દિવસે ફોનની ઘંટડી વાગી.

ગિરધારીલાલ : 'હેલો'

જમનાશંકર : 'ગિરધારીલાલ ! તમને અંગ્રેજી સમજાય છે પણ બોલવામાં તકલીફ પડે છે ને ?'

ગિરધારીલાલ : 'ના સાહેબ, મને બોલવાની તકલીફ નથી પડતી, પણ સામાવાળાને હું બોલું છું તે સમજાતું નથી.'

જમનાશંકર : 'એટલે તમે બોલો છો પણ સાંભળનારને તકલીફ પડે છે ?'

ગિરધારીલાલ : 'એ તો એવું છે ને સાહેબ, મારું અંગ્રેજી બ્રિટિશ એક્સેંટવાળું અને ઝડપી જ્યારે અહીંનું અંગ્રેજી અમેરિકન અને પહોળા ઉચ્ચારોવાળું. એટલે તો હું

સ્કૂલમાં ઈંગ્લિશ એઝ અ સેકંડ લેન્ગ્વેજના વર્ગ લઉં છું ને...'

જમનાશંકર : 'હવે જુઓ. અમારા ગામના એક પટેલના ઘરમાં બેબી સિટિંગ કરવા માટે જવાનું છે. તેમને વિશ્વાસુ અને ઘર સાચવે તેવો માણસ જોઈએ છે.. અને સ્કૂલેથી બે છોકરા આવે તેમને બે કલાક સાચવવાના છે. તમને ફાવશે ને ?'

ગિરધારીલાલ : ભુખ્યાને ભાવશે ને, એવું કંઈ પુછાય..? ફાવે જ ને ?'

જમનાશંકર : 'તમારા ઘરથી બે માઈલ દૂર છે. તમારે જાતે જવું પડશે.'

ગિરધારીલાલ : 'આભાર. અને એમને જણાવી દેજો. હું સવારે ૧૦થી સાંજે ૬ સુધી તેમને ત્યાં રહીશ. પગાર આપશે ને ?'

જમનાશંકર : 'એ તમારે પૂછી લેવાનું.'

ગિરધારીલાલે ફોન મૂક્યો અને મનોમન બબડ્યા..'મેં તો આખી જિંદગી નોકરી કરી, ક્યારેય પૂછ્યું નથી, શું આપશો અને કેટલું આપશો ?...'

બીજે દિવસે બે માઈલ ચાલીને ઘરે પહોંચ્યા ત્યારે પટલાણીએ બંડી ઉપર બજર જોઈ અને કહ્યું, 'તમે તમાકુ સૂંઘો છો ?'

'હા બહેન, પણ કાલથી તે નહીં હોય.'

'તો ભાઈ, કાલથી જ કામે ચઢજો...નાના છોકરાઓ સામે તો બિલકુલ જ બજર નહીં ચાલે. આ તો જજ સાહેબે

કહ્યું તેથી તમને બોલાવ્યા..મારા દીકરાઓને કોઈ પણ જાતના વ્યસની સાથે હું તો રહેવા જ ન દઉં.'

ગિરધારીલાલે પૂંઠ પકડીને ચાલવા માંડ્યું. ત્યારે પટલાણી ફરી વદ્યાં, ક્યાંના છો, દેશમાં ?'

પાછા વળ્યા વિના જ ગિરધારીલાલ બોલ્યા, 'વડોદરાનો...'

'જજ સાહેબ તો કહેતા હતા, તમે ભાવનગરમાં તેમને મળેલા.'

'હા. મેં વકીલાત તેમના હાથ નીચે કરેલી.'

'ઓ હો, તમે વકીલ છો ?

'માફ કરજો.. પણ હું તો મારું ઘર સાચવે તેવા કોઈ ઓછું ભણેલા ભાઈને શોધતી હતી.'

'બહેન, મારે અહીં વકીલાત તો નથી કરવાની, એટલે 'ઘર સાચવે' તેવો તો હું છું જ..તેથી ચિંતા ના કરશો.'

'તમે કેવી રીતે અહીં આવ્યા ? રાઈડ છે ?'

'ના રે ના. ચાલતો આવ્યો છું અને જતો રહીશ.'

થોડા સમયના મૌન પછી તે બોલ્યા, 'બહેન, તું તો મારી દીકરી જેવી છું તેથી પેટછૂટી વાત કરી દઉં. ભારતમાં વકીલાત કરી છે પણ બે વર્ષ માટે જ. પછી તો ઈજનેરી કરી છે. અને અહીં હવે વકીલાત કરવા ભણવું નથી, અને ઘરે બેસી પણ નથી રહેવું. તેથી આ કામ શોખથી કરું છું. અને જરૂર હશે તો તમારા દીકરાઓને મૅથ્સ અને સાયન્સ ભણાવીશ પણ.'

'બેસો કાકા.' પટલાણીનો કડપ મોળો થતો જોઈ ગિરધારીલાલ કહે, 'તમે સુખેથી કામે જાવ ! અને આ બજરવાળી બંડીને હું પાણીમાં બોળીને સૂકવી નાખીશ જેથી તમારા છોકરાઓને તે નહીં ગંધાય.'

'ભલે કાકા. સાંજે ૬.૦૦ વાગે અમે આવશું અને છોકરાઓ ૪ વાગે. તમે અહીં કોને ત્યાં રહો છો ?'

'મીરા અને મૌલિક રૂવાળાને ત્યાં.'

'એ શું થાય તમારાં ?'

'એ મારી દીકરી છે.'

'ઓહ, તો તમે મીરાંબહેનના પપ્પા?'

'હા. અમને અહીં આવે બેએક વરસ થયાં છે.'

ગીરધરભાઈને જોવાની નજર હવે બદલાઈ ગઈ હતી.. હવે હું મીરાના પપ્પા હતો...ભરોસાપાત્ર હતો. અને ઘર સોંપીને જવાય તેટલો વિશ્વાસ બેઠો હતો.

'મારો જીત આઠમામાં છે અને કીર્તિ છઠ્ઠામાં છે.'

પટલાણી આરતી તેમની લેક્ષસ કાઢી મોટેલ જવા નીકળી ગઈ. મીરાના પપ્પા એટલે ઘરના જ માણસ ને?

ઘડિયાળ તેનું કામ કરતું હતું. બાર વાગે બે સ્પેનિશ મેડ આવી ગઈ ઘર સાફ કરવા. એક વાગે ભત્રીજા વહુ અને ભત્રીજો જમવા માટે આવ્યાં. અને ગીરધરલાલને સાથે બેસાડી જમાડ્યા.

ત્રણ વાગે માળી આવ્યો.

ચાર વાગે બંને છોકરાં આવ્યાં. હવે ગિરધારીલાલનું

કામ શરૂ થવાનું હતું.

બંને છોકરાં વિવેકી હતાં પણ મૅથ તેમને ગમતું નહોતું. તે તેમને શીખવવા તે બોલ્યા, 'ગણિત એટલે ગણવાનું વિજ્ઞાન. એમાં પ્રૅક્ટિસ બહુ અગત્યની...એટલે દરેક દાખલો ગણવો જરૂરી. ગણતાં ગણતાં કયું પરિબળ બદલાય છે તે સમજણ પડી જાય તો દાખલાની મજાલ નથી કે તે ના ઊકલે. એટલે તે બદલાતા પરિબળને સમજાવતી તેમણે વાર્તા કહેવા માંડી. વાર્તા તો વાર્તા છે અને તેમાં નાનાં ભૂલકાંઓને રસ પડે જ...અને તે રીતે ધ્યાન ખેંચીને ભણાવવા માંડ્યું...કીર્તિને મઝા પડી. જીત સિદ્ધાંતો સમજતો ગયો. મોટી રકમમાંથી નાની રકમ બાદ કરો તો જવાબ પોઝિટીવમાં આવે અને નાની રકમમાંથી મોટી રકમ બાદ કરો તો જવાબ નેગેટીવમાં આવે. આ તો નવું હતું. જીત તો માનતો હતો કે નાની રકમમાંથી મોટી રકમ બાદ જ ન થાય....

સાંજે ગિરધારીલાલનો રિપોર્ટ આરતી અને રાજેશને મળી ગયો..'દાદા તો સરસ ગણિત શીખવાડે છે.'

4 ગિરધારી ક્રીસ થયા

જમનાશંકર : 'ગિરધારીલાલ, તમારું નામ બહુ લાંબું છે. અમેરિકન નામો હંમેશાં ટૂંકાં હોય છે. તો શું તમને ક્રીસ કહીએ તો ચાલે ? ક્રીસ એટલે કૃષ્ણ અને ગિરધારી એટલે પણ કૃષ્ણ.'

ગિરધારીલાલ : 'પણ મારું નામ બદલવાની શી જરૂર પડી ?'

જમનાશંકર 'તમારી કૉમ્યુનિટી કૉલેજમાં ટીચર તરીકે અરજી કરું છું અને ત્યાંના ક્લાર્કને આટલું લાંબું નામ લખતાં ફાવતું નથી એટલે..'

'પણ જજ સાહેબ, મારી પાસે તો સમય જ ક્યાં છે ? તમે મને રાજેશ્ભાઈને ત્યાં ફૂલટાઈમ કરી દીધો છે ને ?'

'હવે તેમના છોકરાઓ મોટા થયા એટલે આપણે કંઈ પાકે પાયે કરવાનું ને ?'

'આભાર સાહે. પણ અહીંનાં કોઈ લાઈસન્સ તો છે નહીં.'

'એ બધું થઈ રહેશે. તમ તમારે ૮૪ નંબર લઈને કૉમ્યુનિટી કૉલેજ પહોંચો. હું ત્યાં સુધીમાં આવું છું. અને હા, કાનનો રેડિયો ચાલુ છે ને ? નવા સેલ જરૂર હોય તો નાખી લેજો.'

'બહુ બહુ આભાર જજ સાહેબ !'

'આભાર તો રાજેશનો જ માનવાનો છે. તેણે જ તમારું નામ કૉમ્યુનિટી કૉલેજમાં આપ્યું છે અને ખાતરી પણ આપી છે કે તેમનો કીર્તિ આટલો આગળ આવ્યો તેનું કારણ તમારું ટ્યૂશન છે.'

'મેં તો મારું કામ મન મૂકીને કર્યું છે.'

'હા. તે કામ અને તમારી ધગશ તમને આગળ લાવે છે, બાકી આપણા દેશી લોકો તો સિત્તેર થયા નથી ને રોગ પકડીને બેસી જતા હોય છે. રોગ ભલે ને નાનો હોય પણ તેનો થડકારો તેમના મનમાં એટલો મોટો હોય કે જેની વાત નહીં.'

'હા સાહેબ. હું તો આપને જોઈને કાયમ નવું શીખું છું.'

'અને તેથી તો તને મહેનત કરતાં જોઉં છું અને રમણીક જેવાને ઠપકારું પણ છું.'

'કેમ, શું થયું રમણીકને ?'

'અરે તેને ડાયાબિટીસ બૉર્ડરલાઇન ઉપર નીકળ્યો અને રાડારાડ કરતો હતો જાણે કે કેન્સર નીકળ્યું ના હોય ? મારે ખીજવાઈને કહેવું પડ્યું, અલ્યા, તારે પેલા ગિરધારીલાલની જેમ બે માઇલ ચાલતાં કામે જવાનું હોય તો તું શું કરે?'

'પછી ?'

'પછી ઠંડો પડ્યો. અને મેં કહ્યું, અલ્યા, તને બૉર્ડરલાઇન ઉપર ડાયાબિટીસ છે. કસરત કર અને ખાવામાં ધ્યાન રાખ એટલે સારું થઈ જશે....'

'બરોબર. તો મારે કૉમ્યુનિટી કૉલેજ કેટલા વાગે આવવાનું છે?'

'અરે સાંભળ તો ખરો. મને કહે, એ ગિરધર બક્ષી તો લપિયો છે. એની છોકરી અને જમાઈ સારી રીતે રાખે છે તોય નીકળી પડે છે.'

'એટલે મેં તેને ફરીથી લીધો. આ રોગ તને કાઉચ ઉપર બેસીને ટીવી જોયા કરે છે ને તેથી થયો છે..હાથ પગ ચાલે છે ને, તો તેને ચાલતા રાખવા જોઈએ શું ? એ સારું જ કરે છે. ઘરમાં બોજ બનીને બેસતો નથી. બે માઇલ ચાલે છે તેથી તેને કોઈ રોગ નથી સમજ્યો ? તને ગમે કે ના ગમે પણ પેલી કહેવત છે ને કે, તબિયત સૂતેલાની સૂતેલી, બેઠેલાની બેઠેલી અને ચાલનારાની ચાલતી. તેમ આ તને પહેલો સંકેત આવી ગયો..ચાલ હવે, સવારના પહોરમાં જીમ ઉપર આવજે.'

'સાહેબ, તમારી વાત બહુ જ પ્રેરણાદાયક છે.'

'હા. હું પાછો બીજી વાતો પર ચઢું તે પહેલાં સાંભળ. જર્મન લેખક ગેરેટની એક ચોપડી 'શતાયુ કેમ થવાય' તે હું વાંચી રહ્યો છું. મારે તે તને વાંચવા આપવાની છે. કાલે આપણે બપોરે ૩ વાગે કૉમ્યુનિટી કૉલેજ ઉપર મળીએ છીએ ત્યારે યાદ કરીને માંગી લેજે મારી પાસેથી..'

'ભલે સાહેબ. કાલે મળીએ.'

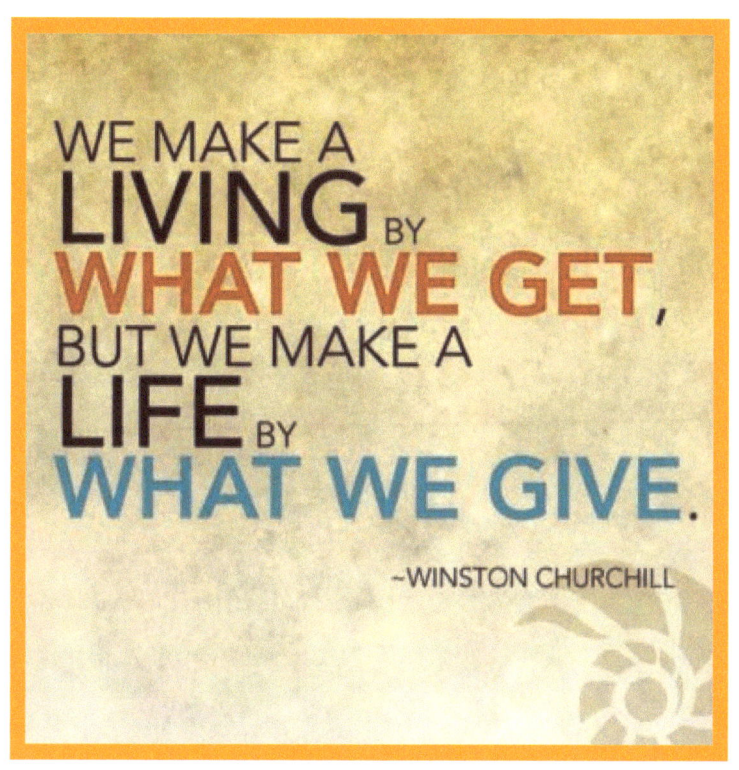

5 કેટલા બી વાવો છો તે સફળતાનો આધાર

સ્થળ : કૉમ્યુનિટી સ્ટડી સર્કલના પ્રિન્સિપાલની કૅબિન.

પ્રિન્સિપાલ માર્ગારિટ કોચ અને તેમના સાથીદારો સાથે રાજેશભાઈ અને જજ જમનાશંકર બેઠા છે.

પ્રિન્સિપાલ માર્ગારિટ આમ તો ૪૦ની દેખાય છે પણ ૫૫ની છે અને બહુ વિનય સાથે વાતની શરૂઆત કરે છે.

'મિ. ક્રીસ બક્ષી, તમારી હંગામી નિમણૂક મૅથ ટીચર તરીકે કરવામાં મિ. રાજેશ પટેલનો મોટો ફાળો છે. તમે હવે કીર્તિ અને જીત ઉપરાંત ૨૦ વિદ્યાર્થીઓને ભણાવશો અને સાથે સાથે તાલીમ પણ અપાશે કે જેથી તમારી હંગામી નિમણૂક કાયમી થઈ શકે. તમને ફાવશે ને ?'

ગિરધારીલાલ કહે, 'ફાવશે જ. અને નહીં ફાવે તો

આપવું એટલે પામવું

ફવડાવવા જે કરવું પડશે તે કરીશું.'

જમનાશંકર અને બાકીનાં સભ્યોએ તેમને આવકારવા તાળીઓથી વધાવી લીધા.

'મિ. બક્ષી, તમે વિદ્યાર્થીના હિતમાં તમારી શૈક્ષણિક લાયકાતો વિશે જણાવશો ?'

'હું ભણતરથી ભારતમાં વકીલ હતો અને આખી જિંદગી મેં સ્ટેટેશિયન તરીકે કાર્ય કર્યું એટલે આંકડા અને સરવાળા-બાદબાકી સાથે ગાળેલી છે. હું એવું માનું છું કે પાછલી ઉમ્મરે તમે જે જાણતા હો કે તમારી પાસે જે હોય તે સમાજમાં પાછું આપવું જોઈએ. અને આજની યુવા પેઢી જે આવતી કાલનું ભવિષ્ય છે તેમને મારી પાસે જે આપવા યોગ્ય છે તે હું આપવામાં માનું છું.'

'પણ મિ. બક્ષી, આજની યુવા પેઢી ખૂબ જ ઝડપી છે. તેમનામાં ધીરજ નથી..તેઓ શીખીને દરેક વસ્તુને ઉપયોગમાં લેવામાં માને છે. તો તેમને કેમ શીખવાડશો ?' એક અન્ય શિક્ષકે પ્રશ્ન કર્યો.

'શિક્ષક તરીકે બે પ્રકારની વર્તણૂક (attitude) હોય. પહેલી વર્તણૂક એ કે વિદ્યાર્થીને કશું આવડતું નથી તેથી તેને શીખવાડવાની મારી ફરજ છે. અને બીજી વર્તણૂક, હું તો શીખવાડીશ પણ તેને કેટલું આવડ્યું તે ચકાસવાનું કામ મારું નહીં. હું માનું છું કે સારા શિક્ષકો હંમેશાં પહેલી વર્તણૂકમાં હોય છે અને હું પણ તેમ જ માનું છું.'

'જીવનમાં તમે સફળ હતા ?' અન્ય શિક્ષકે પ્રશ્ન કર્યો.

'હું મારા જીવનમાં નાણાકીય રીતે બહુ સફળ નહોતો પણ મને મારા જીવનમાં આવેલી કોઈ નિષ્ફળતાએ ડગાવ્યો નહોતો. હું માનતો કે જીવન પણ ગણિત જેવું છે. આગલો દાખલો કેવો હશે તેની ખબર ન પડે, પણ સળંગ દાખલાઓ ગણતા જાવ અને જ્યાં ભૂલ પડે ત્યાંથી ફરી ગણતા થાવ. દાખલા ગણતાં ગણતાં ક્યારે તમને સંપૂર્ણ સફળતા મળશે તે કહેવાય નહીં. પણ હું માનું છું કે મારા માપદંડ મુજબ હું સફળ જ છું, અને એ જ સફળતા હું મારા વિદ્યાર્થીઓને અપાવડાવીશ. કારણ કે જિંદગીમાં કઠોર પરિશ્રમનો કોઈ જ વિકલ્પ નથી.'

પ્રિન્સિપાલ માર્ગારિટે કહ્યું, 'મિ. બક્ષી, તમારી ઉંમરે આવો ઉત્તમ હકારાત્મક અભિગમ એ મૂડી છે. તમે જરૂર શ્રેષ્ઠ શિક્ષક થશો. ઊઙ્ઘંર્ષ્ઢી ઙર્વઙ્ઘિં.'

બહાર નીકળતાં જજ સાહેબે ગેરેટનું પુસ્તક હાથમાં આપતાં કહ્યું, 'ગિરધારીલાલ, તમારી એક વાત મને ના ગમી.'

'કઈ જજ સાહેબ ?'

'કોઈ પણ માણસની સફળતા નાણાકીય રીતે મૂલવાતી નથી. કહેવત છે કે કેટલાં ફળ હાથમાં છે તેના કરતાં કેટલાં બી વાવો છો તેના ઉપર સફળતા અંકાય છે.'

'જી સાહેબ ! પણ ઘણાં લોકો એવું માને છે કે મેં મારી જિંદગીમાં લોકોનું ભલું કરવામાં અમારું કશું જ નથી કર્યું. એ તો મીરા આપબળે અહીં આવી અને મૌલિક સાથે જોડાઈ

ત્યાર પછી અમે થોડાંક ઊજળાં દેખાઈએ છીએ.'

'ચાલો, મારી સાથે ગાડીમાં બેસો. મુક્તાને લઈને આપણે આજે બધાં બહાર લંચ લઈશું.'

ચાવી દીધેલ રમકડાની જેમ ગિરધારીલાલ કારમાં બેસી ગયા અને ઘરેથી મુક્તાએ પરિમલ અને મીતાને સાથે લીધાં. ફરી મોંટ પાસેની હોટેલ 'સ્વાગત'માં પહોંચ્યાં.

6 જજ સાહેબનું જજમેંટ

મુક્તા જજ સાહેબનું માન રાખતાં, પણ તેને જજ સાહેબ હંમેશાં બિન વહેવારિક લાગતા.

રેસ્ટોરંટના ટેબલ ઉપર બધાં ગોઠવાયા પછી જજ સાહેબે જમતાં જમતાં સૌને સમજાવ્યું,

‘અમેરિકામાં સૌને વ્યક્તિસ્વાતંર્ત્ય હોય છે. તે પ્રમાણે આજથી ગિરધરભાઈ પણ સ્વતંત્ર છે. તેમને નિયમિત પગાર સાથેની નોકરી મળી છે. માન્યું કે મીરાબહેન બધાંનો ખ્યાલ રાખે છે પણ તમારું ભણતર જલદી પતાવો, સ્વતંત્ર વ્યવસાય શોધો અને પોતપોતાનું ઘર વસાવો.’

મુક્તાબહેન બોલ્યાં, ‘જજ સાહેબ, બોલવું સરળ છે પણ...’

જજ સાહેબ : ‘આ ‘પણ’નો જવાબ જ છે ગિરધરભાઈ. ૭૦ વર્ષે પણ જો તેમને નોકરી મળી શકતી હોય તો પરિમલ અને મીતાએ ઘરે બેસીને તેમનો સમય બરબાદ ન કરવો જોઈએ. મૌલિક અને મીરા સમજુ છે. પણ તેમની પોતાની પણ જિંદગી છે. અને પાંચપાંચ વર્ષથી તમે સૌ ડેરા નાખીને પડ્યાં છો.’

મુક્તાના મોં ઉપર ગુસ્સો અને કશું ન કરી શકવાના ભાવો જોતાં જજ સાહેબ બોલ્યા, ‘મને ખબર છે મુક્તા, તમને મારી કડવી વાતો નથી ગમતી, પણ તમે બેઉ જે નથી કરી શકતા તે કામ હું કરું છું. પેલી ચકલી પણ પાંખો ફૂટેલાં બચ્ચાંઓને ધક્કા મારીને ઘરની બહાર ધકેલે છે - તે બચ્ચાં ઊડતાં શીખે તે માટે અને આટલી મોટી ઉંમરે ગિરધારીભાઈ એટલું બધું તો કમાવાના નથી જ કે તે બધાંને છાંયડો આપે...’

પરિમલ ટકોર સમજી ગયો. અને બોલ્યો, ‘જજ અંકલ, તમે સાચા છો. હવે અમારું ઘરમાં પડ્યાં રહેવું ગેરવાજબી છે. મોટી બહેન તો કદી નહીં કહે, પણ કાન તો પારકાં જ વીંધે. મીતાએ પણ હકારમાં માથું હલાવ્યું ત્યારે મુક્તાબહેનને આનંદમિશ્રિત ઝાટકો લાગ્યો..અને બોલ્યાં, ‘અમે તો બાળકોને સદાય આપ્યું જ છે અને આપવામાં માનીએ છીએ. અને એવું ઇચ્છીએ છીએ કે તેઓ સુખી થાય...’

ગિરધરલાલ બોલ્યા, ‘મુક્તા, આપણે માબાપ તરીકે બાળકોને સાવચેતીઓ જરૂર શીખવીએ છીએ પણ સાથેસાથે

એ પણ શીખવવું જોઈએ કે જે પોતાના સીમાડા છોડે તેને જ નવી દુનિયા જોવા મળે છે.'

મુક્તાબહેન બોલ્યાં, 'હા. ક્યારેક જરૂર કરતાં વધુ આરક્ષણ બાળકોને પાંગળાં અને નિર્બળ પણ બનાવી દે છે...જજ સાહેબ, તમે આખા ઘરને તો કામે લગાડી દીધું. હવે મારે શું કરવાનું તે પણ કહો ને...'

'સાવ સીધી વાત છે. અહીંનાં સિનિયરોમાં થોડુંક વિદ્યાદાન કરો.. વાર્તાઓ લખો. તમારી પાસે પણ પૂરતું ભાથું છે. જરૂરિયાતમંદોમાં તમારી પાસે જે હોય તે વહેંચો. અને છતાંય સમય વધે તો તમારા આત્માનું કલ્યાણ કરો.

મુક્તાનું મોં વીલાતું જોઈ જજ સાહેબ કહે, 'તમે તમારી ચિંતા જરૂર વહેંચો, પણ તેનો ભાર ના નાખો. તેને કશું થવાનું નથી. ભગવાન તેને સો વર્ષ પહેલાં ઉપાડવાનો નથી તેની આજે એક જડીબુટ્ટી આપી છે.'

ગિરધારીલાલે જમનાશંકર જજને વિનંતી કરતાં કહ્યું, 'નોકરી તો તમે અપાવી જેને માટે જરૂરી લાઇસન્સમાં માનો કે સફળતા ના મળી તો આગળ શું તે વિચારવું રહ્યું ને ?'

જમનાશંકર કહે, 'આ લાઇસન્સો અહીંના સ્કૂલ ગ્રેજ્યુએટો ચપટી વગાડતાં પાસ કરે છે, જ્યારે તું તો વકીલ થયો છું...તું નપાસ થાય તે તો હરગીઝ મનાતું નથી...આ બધી સ્કૂલોને પૈસા મળે અને કોર્ટમાં કોઈ સ્કૂલો ઉપર ચઢી ના બેસે તેને સાચવવા ઊભી થયેલી જરૂરિયાત છે. ખૈર, મારા મનમાં તમારે માટે એક બીજું પણ કામ થઈ શકે. મને મારા

કેસમાં મદદ કરજો. તે તો તમને ફાવતું અને ગમતું કામ છે ને ?'

'ભલે સાહેબ. આ અડધો બહેરો અને બજરનો બંધાણી જરૂરથી ઘટતું કરીશ...પણ હાલમાં તો જે 'સ્વાગત'માં કરવાનું છે તે કરીએ...ખાવાનું પતાવીએ...' કહી એમણે ઝીણી આંખ મુક્તાને મારી...જજ સહિત બધાંએ તે જોઈ અને બધાં હસી પડ્યાં.

7 મુક્ત થઈ રહેલ મુક્તાબા

સવારનો ગરમ નાસ્તો ઠંડો થઈ રહે છે ત્યારે મુક્તા બૂમ મારીને કહે છે, 'હવે આ ચોપડાઓમાંથી જરા ધ્યાન હટાવો અને આ ઉપમા ઠંડી થઈ રહે છે તેને ન્યાય આપો.'

'મારી ચા થઈ ?'

'હા તમારી આદું અને લીલી ચાવાળી અને મારી ચા ફુદીનાવાળી.'

'આ બબ્બે ચા કેમ કરી ?'

'મેં હમણાં જ વાંચ્યુ કે પત્નીઓએ પતિના કહ્યા મુજબ આખી જિંદગી જીવવું ના જોઈએ.. પોતાની અલગ ઓળખ હોવી જોઈએ..'

'હા પણ તે ઓળખ ચાથી ?'

'હા. આજે વાંચેલ આ કાવ્ય કહે છે તેમ આજે મેં મારી ચા જુદી કરી અને મને ભાવતો સ્વાદ બનાવ્યો.

પાંચીકા રમું ને, ઊછાળું આકાશમાં
ફૂંદડી ફરું ને ફરેજ પૃથ્વી
એક સપનું મખમલી મનમાં
અર્ધ ચન્દ્ર ને ઝૂલે ઝૂલું ઉચેરું
વળી પાછું થાય બનું હું વીરાંગના
ઉડાવો ઝંડો, રહું મોખરે રણે
સીતા શું બેસું, ધનુષઘોડલે
ભૂલાવું હું અગ્નિ પરીક્ષા
મહિલાતણી પછી તો થાય રક્ષા
વેચાવું મારે નહી તારામતિ શું
દ્રોપદી શાં ન ચીર મારા ખેંચાય
દડો બનાવી ધરાને,ધરાને હું ઊછાળું
મીરાં શો રંગ મતવાલો જમાવું
સ્વાતંર્ત્ય નો જ શ્વસી રહું પ્રાણવાયુ
અવકાશમાં ઉડું ચાવલા જેવું
ગોતી વળું હું બ્રહ્માંડના પડને
હવે તો ચહું સુનીતા વિલયમશું
ખોજવાને જ, અંતરીક્ષમાં ઉડે
ટકે ના પગ હવે ધરતી પર
મારે ન કોઈ કિનારે નિર્બંધ હું
બેસું ન પગ વાળીને હવે
સરી રહું મનચિંધ્યા જ માર્ગે
બેસું નહિ હવે ખામોશ રહીને
મારાજ રંગે હવે રંગી લઉં મુજને

— પ્રેમલતા મજમુંદાર

'વાહ ! જજ સાહેબને કહેવું પડશે કે મુક્તા મુક્ત થઈ રહી છે..'

'મુક્ત નહીં, સ્વતંત્ર ઓળખ...'

'એટલે હવે તમારું કામ મારી ઈચ્છા હશે તો જ થશે અને મારી ઈચ્છાઓને પણ ઓળખવાનું હું શરૂ કરું છું.'

'અરે વાહ ! આ તો બહુ સારું. મારે ઓરેંજ જ્યૂસ પીવો હોય તો મારે જાતે ફ્રીઝમાંથી લઈ લેવાનો ને ?'

'ના. ધરાર મારા રસોડામાં દાખલ થયા તો ?'

'કેમ ?'

'મુક્ત હું થઈ રહી છું; તમે નહીં. તમારો રુઆબ આખી જિંદગી સહ્યો. હવે તમારો વારો.'

'શાનો ?'

'મારો રુઆબ સહેવાનો.'

'નો વે..મેં તો કદી તારા ઉપર રુઆબ કર્યો નહોતો અને હજી પણ નથી કરતો.

'ના રે ના. પણ હવે જેટલું જીવ્યાં તેટલું ઓછાં જીવવાનાં ?'

'એટલે જ કહું છું ને, હવે મને જોવાનું છોડ.

'પણ પરિમલ હજી કોઈ નોકરીમાં કે છોકરીમાં ટકતો નથી.. આ મીતાને સાસરે હજી સ્થિર કરવાની છે.'

'મુક્તા ! એક વાત સમજ. આપણે આપણાંથી થાય તે બધું કર્યું.'

'એ જ તો દુઃખ છે.''

'મોટી ઉંમર થાય એટલે ગમા અને અણગમા સજ્જડ થઈ જાય. તેની ઉપરવટ જવું નહીં. કારણ કે આપણી જેમ તેનામાં ધીરજ નથી.'

'એટલે ?'

'જે સમયે આપણે એકમેકને મળતાં હતાં અને જેવા પ્રશ્નો હતા તેવા કોઈ જ પ્રશ્નો આજે નથી. છતાં માનવમન તો આજે પણ એવું જ છે. દ્વિધાઓ અને ગૂંચવણોથી ભરેલું. ક્યારેય ભરોસો નહીં.'

'ના. સાવ એવું તો નથી પણ તમે મનથી સ્વીકારી લીધું છે કે ક્યાંય જવાબદાર ન થવું. દરેક જણનું પોતાનું ભાગ્ય હોય છે.'

'હા. આપણે પણ આપણી મર્યાદા સાથે જીવીએ છીએ, અને હવે પરિમલ ૪૦નો થશે...'

'હા અને તે બેજવાબદાર પણ છે.'

'શબ્દો જરા વિચારીને વાપરો. બેજવાબદાર નથી. સ્થિર મગજ નથી તેમ કહો અથવા તો નવી જવાબદારી લેવા જેટલી નૈતિક હિંમત નથી.'

'એ જે કહો તે, પણ જિંદગીમાં જે લલિત કલાઓ શોખની હોવી જોઈએ તેમાં તે બહુ ખીલ્યો પણ કુટુંબ, કેરિયર જેવી મુખ્ય બાબતોને તેણે ગૌણ બનાવી દીધી. હા, આ તેની ભૂલ છે.'

'તો તેની ભૂલનો ઇલાજ કરો.'

'જજ સાહેબે કહ્યું છે ને ? બસ હવે મારે કંઈ કહેવાનું નથી.'

8 ઈડરીયો ગઢ જીત્યા

સ્કૂલનો ક્લાસરૂમ. વીસ છોકરાઓ ગણિત શીખે છે. આમેય ગણિત વિષય તરીકે ક્યારેય રસપ્રદ નથી હોતો. તેથી સતત ધ્યાન ટકાવી રાખવા નાનીનાની વાર્તાઓ કહેવામાં ગિરધારીલાલ હોશિયાર હતા અને વાર્તા કહેતાં કહેતાં ગણિતની પદ્ધતિ સહજ કરતા.

તે દિવસે વાતોવાતોમાં કાર્લના દાદાજીએ તેમને પૂછ્યું, 'તમે સિત્તેરનાં તેથી તમને બધા બૅનિફિટ મળતા હશે ને ?'

'બૅનિફિટ ? મારે તો તેને માટે અમેરિકામાં ચાલીસ ક્વાર્ટર કરવાં પડે ને ?'

'એવું જરૂરી નથી.'

'હેં ? એટલે ?'

આપવું એટલે પામવું 47

'હપના તમે થાવ એટલે તમને બૅનિફિટ મળે જ તેવો કાયદો થયો છે.'

વાત તો જાણે ત્યાં પતી ગઈ પણ વકીલના મગજે 'કાયદા' શબ્દને પકડી લીધો.

તેઓ એટલું તો જાણતા હતા કે કાયદાનું અર્થઘટન ત્રણ રીતે થાય. સાચી રીતે, ખોટી રીતે અને અસીલનું હિત સાચવવાની રીતે. ખરેખર વકીલ તો દલીલો જ કરતો હોય. ક્રીસ બક્ષી લાઈબ્રેરી ગયા અને ચોપડા ફેંદવા માંડ્યા. મુક્તાના વરસો પહેલાંના અવાજો મનમાં પડઘાતા હતા. 'હવે વકીલાત તો તમે રહેવા જ દો. તેને બદલે નોકરી શોધી કાઢો કે જેથી બે પૈસા કમાણી થાય અને તમારો પગાર બચતની જેમ રહે. છોકરીઓના પ્રસંગો માથા ઉપર છે અને બચત થોડી થઈ નથી ને કોઈને આપી આવો છો.'

મને ફરી બીજી દિશામાં ઊથલો માર્યો. અહીં કાયદાની પ્રૅક્ટિસ કરવા અહીંનાં લાઈસન્સ જોઈશે. જવા દે એ બધું ફરીથી ક્યાં ભણવું. બહુત ગઈ અને થોડી રહી. અંતરાત્મા બોલી રહ્યો હતો હવે જે રહી તેમાં કંઈક સારું કામ કરી જઈએ કે જેથી મુક્તા બેજવાબદારનું જે મહેણું મારે છે તે જતું રહે. બે દિવસો કાયદાનાં થોથાં ઊથલાવ્યાં. જવાબ તો મળી ગયો કે ૪૦ ક્વાર્ટરના કાયદાઓમાં કેટલીક છટકબારીઓ મતદાતાઓને રાજી રાખવા માટે મુકાઈ છે. તેનો સુયોગ્ય રીતે ઉપયોગ કરીએ તો તે શક્ય છે.

ચૅરિટી બિગિન્સ ફ્રોમ હોમના ધોરણે તેમને પોતાનો જ

કેસ લઈને બૅનિફિટ ઑફિસમાં અરજી કરી અને અધિકારીઓને એ બધાં અર્થઘટનો પોતાની રીતે સમજાવ્યાં.

અધિકારીઓએ પહેલો પ્રશ્ન પૂછ્યો કે આવી બધી બારીકાઈઓ તમે કેવી રીતે અહીં સમજી શકો ? ત્યારે નાટકીયા અંદાજથી તે બોલ્યા કે હું પણ વકીલ છું પણ પ્રૅક્ટિસ નહોતો કરતો.

અધિકારીએ અરજીને આગળ વધારી અને દસ દિવસમાં ઇંટરવ્યૂ આવ્યો. આ વખતે એક નહીં, ત્રણ અધિકારી હતા અને તેમાંનો એક રાજકીય નેતા વૉલ્ટર પણ હતો.

જાતજાતનાં કાયદાકીય વિઘ્નો તેઓએ બતાવ્યાં ત્યારે ગિરધારીલાલ એક જ વાત પર મક્કમ હતા. મને જો અહીં ન્યાય નહીં મળે તો હું તો ઉપર જઈશ અને આ રાજકીય લાભો લેનારાં બધાંને ખુલ્લાં પાડીશ. કાં તો આ કાયદો સંપૂર્ણ કરો અથવા મને તેનો લાભ આપો.

અંદર પછી તો શું થયું તે તો ખબર નથી પણ ડિસેબિલિટીના નામે મેડિકૅર મળવા લાગ્યું અને સોશિયલ સિક્યોરીટીનો ચૅક પણ આવવા માંડ્યો. રાજકીય નેતા રૂબરૂ આવીને ગિરધારીલાલનો ખભો થાબડી ગયા અને સિનિયરોની માસિક મુલાકાતોની જગ્યા ‘ઓટલા’ ઉપર જાણે ઈડરિયો ગઢ જીતી ને આવ્યા હોય તેમ જે લોકોને આવો લાભ નહોતો મળતો તેઓના પ્રશ્નો અને મદદ મેળવવા પડાપડી થવા માંડી.

9 આ દેશ તકોનો છે
(પણ જે કામ કરે તેને માટે)

મુક્તાને ધાસ્તી લાગવા માંડી કે આ નવો દેશ છે અને કાયદો ભણે અને છોડે તો તેમને ૪૦ વર્ષ થયાં. કશુંક થશે તો આ દીકરી અને જમાઈ તકલીફમાં આવશે. તેથી ઓટલાની મિટિંગ પતી પછી તેઓ બોલ્યાં, 'આ તમે શું નવું કરવા માંડ્યું છે ?' 'ઓટલા'માં અચાનક તમારા ભાવો વધી ગયા. કોઈ અત્યાર સુધી તમને બોલાવતું પણ નહોતું અને અચાનક તમારી સાથે બધા વાતો કરવા લાગ્યા ?'

'મુક્તા, એક વાત સમજો. અહીંનાં લાઈસન્સ નથી મારી પાસે, પણ કાયદો વાંચતાં અને તેનું અર્થઘટન કરતાં મને આવડે છે.'

'જુઓ, તમે એક કેસમાં જીતી ગયા એટલે બસ ! હવે

આપણે આ કામ મોટા પાયે નથી કરવું.'

'એ શું બોલ્યાં બા ! દાદાનો તો ઇંટરવ્યુ આ છાપામાં આવ્યો છે, પેલા રાજકીય નેતાના ફોટા સાથે.' છાપું બતાવવા મૌલિક આવ્યો.

'હેં !' મુક્તાને આશ્ચર્ય થયું કે ગિરધારી, અને તે છાપામાં ?

'અને મમ્મી, આ સારા સમાચાર છે, ચિંતા ના કરશો..એમની દલીલો બહુ મનનીય અને માનવંતી હતી. કારણ કે એમણે કાયદાની છટકબારી પૂરવા તંત્રને અપીલ કરી છે જેને કારણે રાજ્યના ઘણા પૈસા બચશે. મને તો આનંદ થાય છે કે પપ્પાજી ઘણા લોકોને તેમના હક્કો અપાવશે.'

મુક્તા કહે, 'તેમને માન મળે તે તો આનંદના સમાચાર છે. કારણ કે તે માન ક્રીસ બક્ષીના કુટુંબને મળે છે.'

મૌલિક કહે, 'અને મીરા રૂવાળાને પણ મળે છે.'

'પપ્પા ! તમને માનદ પદવી મળવાની છે..રાજકીય નેતા તમારાં બે મોઢે વખાણ કરે છે. અને છાપું પણ કહે છે, ૭૦ વર્ષે પણ ૫૦ના લાગતા ક્રીસ બક્ષી તેમની ઉંમરનાં સાથીદારો માટે પ્રેરણારૂપ છે.'

જજનો ફોન આવ્યો - 'ગિરધારી, આ ડેમોક્રેટ વૉલ્ટર તને ચણાના ઝાડ ઉપર ચઢાવે તો ચઢીશ ના. અને વકીલ છે એટલે જ્યારે પણ છાપામાં કે જાહેરમાં નિવેદન આપે ત્યારે તારી પણ છટક્બારી રાખજે.'

‘કેમ એવું કહેવું પડ્યું ?’

‘તેં ડેમોક્રેટને ફેવર કરી છે પણ તેથી રીપબ્લિકન ભડક્યા છે.’

‘સમજ્યો નહીં.’

‘તને જે એ લોકોએ આપ્યું છે તે મેડિકૅર છે અને ડિસેબિલિટી છે. આ એમની તારું મોં બંધ કરવા ફેંકેલી રોટલીનો ટુકડો છે. દસ વરસ કામ કર્યા પછી જ તારા બૅનિફિટ શરૂ થશે.’

‘સાહેબ, કાયદાની બારીકીઓ અને તેને રજૂ કરવાની પદ્ધતિ પર મને મારા બૅનિફિટ મળ્યા છે.’

‘હા. તારી રીતે તું સાચો છે પણ મારી એક વાત ગાંઠે બાંધી લેજે કે નાના સ્તરે જે તને નથી દેખાતું એવું એક ભયંકર વાવાઝોડું તું સર્જી બેઠો છે અને તે છે રંગભેદનું. તેથી સાવધ રહેવાનું અને કોઈને પણ રસ્તો બતાવે ત્યારે ભૂલેચૂકેય પૈસાનો મોહ ના દેખાડીશ.’

‘ભલે સાહેબ. પૈસા માંગતા નહોતું આવડતું એટલે તો પ્રૅક્ટિસ છોડી ને નોકરી પકડી હતી.’

‘ના. આ દેશ તકોનો દેશ છે. તમે પૈસા ચાર્જ કરો એટલે સામે સર્વિસનો આગ્રહ રખાય. જો તમારાથી ના અપાય તો તમારા ઉપર દાવો કરતાં આ લોકો બીલકુલ ના અચકાય.’

‘પણ મફત કામ કરીએ તો લોકો જીવ કાઢી નાખે. જે મુક્તાને બીલકુલ ના ગમે.’

'તે તબક્કામાં મારી જેમ સિલેક્ટીવ થજો. એટલે જો એમ લાગે કે તમારી મદદથી તેનું કામ થશે તેટલું જ કામ કરજો'

'હા સાહેબ, વાત તો તમે સાચી કહો છો પણ મોટી ઉંમરે આ કામ સમાજસેવા તરીકે કરવું છે. પૈસા રળવાની જરૂરિયાત નથી તેવું નથી પણ પૈસા તો મને મૅથ ટીચર તરીકે જરૂરિયાત જેટલા મળી જ રહે છે.'

'સમાજસેવા જ કરવી હોય તો એક કામ કરીએ. તમે જે સમજ્યા કે જે સમજાવવા માંગતા હો તેનું એક પુસ્તક બનાવીએ અને જેને જરૂર હોય તેને તે પુસ્તક આપવાનું.'

'ભલે સાહેબ. અત્યારે તો હું મારી ડાયરી લખું છું અને સાથે સાથે બૅનિફિટની વાતો નોંધું છું.'

'અંગ્રેજીમાં કે ગુજરાતીમાં ?'

'કાયદા તો અંગ્રેજીમાં જ લખવા પડે ને ?'

'મુક્તાને તે નોંધોનું ગુજરાતીમાં અનુવાદ કરવાનું કહો. તે આપણી કોમ માટે મોટું ઉપકારનું કામ થશે.'

'ભલે સાહેબ. મારી આટલી બધી કાળજી રાખીને જે સલાહો આપી તે બરોબર હું યાદ રાખીશ. ઘણો બધો આભાર.'

'એક વાત બીજી. તમારી ચોપડી માટે અનુદાન હું શોધી નાખીશ એટલે એ તમને પૈસા આપશે અને તમારે માર્કેટિંગની ચિંતા નહીં.'

'સારું થયું તમે મને કહ્યું. બાકી મુક્તા તો હું કોઈ પણ

કામ મફત કરું એટલે એને પેટમાં દુઃખે. તે કહેશે કે તારી શક્તિઓ અને સમય કિંમતી છે. તેનું તું રોકાણ કરે છે, તને વળતર તો મળવું જોઈએ ને ?'

'સારુ, હું મુક્તાને સમજાવીશ કે પાછલી ઉંમર સમાજને પાછું વાળવાની ઉમ્મર છે. જે સમાજે આટઆટલું તમને આપ્યું તેને પાછું વાળવાની ઉમ્મર છે અને પરત મળે તે દરેક સમયે પૈસા જ હોય તે જરૂરી નથી. ક્યારેક પૈસા કરતાંય વધુ જીવંત વસ્તુ છે કોઈની આંતરડી ઠારીએ ત્યારની તેની હાશ ! કે કો'કની નજરમાં વધેલું કે મળેલું માન.'

10 મનનું નિયમન

બીજે અઠવાડિયે ગેરેટનું પુસ્તક 'શતાયુ થવાના રસ્તા' પુરુ કર્યું ત્યારે ગિરધારીલાલ વિચારતા હતા કે ભગવાને તેને વકીલની કારકિદીમાં સફળતા ન અપાવી પણ લેખક તરીકેના આ નવા રસ્તે હું અનેકોને મદદ કરી શકીશ. મૅથ ક્લાસ, કાયદાકીય સંશોધનો અને તેની ટૂંકી નોંધો બનાવવામાં જિંદગી બહુ ઝડપે આગળ વધી રહી હતી.

શતાયુ થવામાં મનને કેળવવા ઉપર બહુ જ ભાર મુકાયો હતો અને તે પણ સાચી રીતે મનને કેળવવું એ જ આયુષ્યને વધારવાનું પરિબળ હતું. બીજાં પરિબળો મનના નિયંત્રણ સાથે આપોઆપ આવી જતાં હતાં. જેમ કે મનથી સ્વીકાર થયો કે મારે મારી તબિયત મારે માટે અને મારાં

આપવું એટલે પામવું 55

કુટુંબીજનોને તકલીફ ન પડે માટે સાચવવાની છે. તેથી ખાવાપીવા ઉપરનું નિયંત્રણ આવી જશે.

ગિરધારીલાલે પહેલો પ્રયોગ પોતાની જાત ઉપર જ શરૂ કર્યો. તેમનું મન અને હૃદય એક બાબતે સતત ઝઘડતું રહેતું. અને તે તેમની તપખીર સૂંઘવાની કુટેવ બાબતે. તેઓ માનતા કે જ્યારે તેઓ તપખીરનો સબડકો લે ત્યારે તેમનું મગજ સક્રિયતા પકડતું. પણ મુક્તા અને તેમનું હૃદય એ વાતને માનતાં નહોતાં. તેથી મનને કેળવવા જાતે તેવા સંદેશા પોતાના મનને આપવા માંડ્યા કે તપખીર તો વ્યસન છે. તમાકુ કોઈ પણ સ્વરૂપે શરીરને નુકસાન જ કરે છે. તેનો ધુમાડો કરો કે પાવડર સૂંઘો કે તેને ચાવો. તે શરીરમાં કૅન્સરનો વ્યાધી પેદા કરે છે.

જેવું તેમના મને સ્વીકાર્યું કે તે વ્યસન છે એટલે તેમની આજુબાજુ તેમને કૅન્સરનાં દદીઓ અને તેની પીડા દેખાવા લાગ્યાં. હૃદય વારંવાર ટપારતું કે વ્યસન કોઈ પણ પ્રકારનું હોય તે ખરાબ. બેચાર દિવસ તો બધું ઠીકઠીક ચાલ્યું પણ પછી મન જીતવા માંડ્યું. 'એક ચપટી તપખીરમાં શું થશે ? અને માથું દુ:ખશે.' વગેરે એવી વાતો મનમાં આવવા લાગી.

મુક્તા બધો તાલ જોતી હતી. વિહ્વળ ચહેરે ફરતા ગિરધારીલાલને બજરની ડબલી આપતાં કહે, "કે. એલ. સાયગલને એવું જ હતું કે તે બે પેગ પીને ગાય તો જ સારું ગવાય. તેથી નૌશાદ સાહેબે તેમની પાસે પહેલું ગીત એમ ને એમ ગવડાવ્યું. બીજું બે પેગ પીધા પછી ગવડાવ્યું, અને ત્રીજું ચોથા પેગે ગવડાવ્યું. બીજે દિવસે તેમનો નશો ઊતરી

ગયા પછી ત્રણેય ગીત સાથે સંભળાવ્યાં અને કહે, 'હવે તમે કહો, કયું સારું ગવાયું છે ?'

તેમને કયું ગીત કેવી રીતે ગવાયું છે તે વાત મોંઘમ રાખી હતી અને તેમને જે ગીત ગમ્યું હતું તે હતું કશું પણ પીધા વિના ગવાયેલું !"

'હું સમજી ગયો મુક્તા, તમે જે કહો છો તે સાચું છે પણ આ તપખીરની ડબલી મને કેમ ધરો છો ?'

'એ તો તમારા વીલ પાવરની કસોટી છે. જે ઝેર છે તેનાં પારખાં ના કરવાનાં હોય. તે ખરાબ છે તો છે જ.'

ગિરધારીલાલનું નબળું પડેલું મન ઝાટકો મારીને ટટ્ટાર થઈ ગયું. 'હા મુક્તા, તમે સાચાં છો. હું થોડોક ડગી જાઉં તે પહેલાં મને સાચવી લીધો.'

'મેં મારાં પડોશીને શેકથી શેકાતા અને દવાઓથી પીડાતાં જોયાં છે. તમને તેમ પીડાતા જોવા નથી. તેથી જ તો આ વાત કહી. અને મને ખબર છે, તેજીને તો ટકોર જ હોય.'

ગિરધારીલાલ અંદરથી તો સમસમી ગયા પણ રમૂજી રીતે એ કથનને લઈને બોલ્યા, 'ગધેડો નથી તેથી તો તારી બાર વર્ષ રાહ જોઈ હતી ને ?'

બંને જણાં એકમેકની સામે જોઈને મલક્યાં અને જાણે ભૂતકાળ વાગોળતાં હોય તેમ મુક્તા બોલ્યાં, 'તમે મક્કમ તો ખરા જ. કેટલીય વખત તમને ટાળ્યા; પણ ટળે તે બીજા. ૧૪મા વર્ષે કરેલી પ્રીત હતી. ૨૬મા વર્ષે બધાંયને મનાવી, રાજી કરી અને લગ્ન કર્યાં હતાં. ખરું ને ?'

11 ટોની સ્કાય એવોર્ડ

'ખરું કહું તો નાગર કુટુંબ જ વિરોધનું કારણ હતું. બાકી તારો મજાકિયો અને બીજાને મદદ કરવાનો સ્વભાવ તો મને ગમતો જ હતો..પણ આ ઘરનું ગોપીચંદન કરવાના સ્વભાવથી મને ડર લાગતો હતો.''

''મને ખબર હતી એટલે તો વકીલાતની પરીક્ષા પાસ કર્યા પછી છેલ્લી વખતે જ્યારે મેં તને પૂછ્યુ, 'મુક્તા, હવે ક્યાં સુધી એકલાં રહીશું ?' ત્યારે તો તું પણ બી.એડ. થઈ ગઈ હતી અને સ્કૂલમાં તને પણ નોકરી મળી ગઈ હતી.''

તું બોલી, 'હા ગિરધારી, હવે મને જે જોઈતી હતી તે નાણાકીય સ્વતંત્રતા મળી ગઈ છે. આપણે સાથે રહીશું. લગ્ન કરીશું અને ઘરડાં થઈએ ત્યાં સુધી સાથે રહીશું.'

'આપણાં લગ્ન થયાં ત્યારે સૌથી વધુ રાજી મારાં મા હતાં. તેમને હું ઠેકાણે પડું તેના કરતાં તારા જેવી ભણેલી ગણેલી વહુ આવે તો દીકરાને વધુ સુખ મળે તે ભાવના વધુ હતી.'

'વડોદરામાં પ્રૅક્ટિસ ચાલી નહીં, કારણ કે ફી આપવામાં લોકો ગલ્લાંતલ્લાં કરે અને અસીલો મેળવવાની લાહ્યમાં તે બધું ચલાવી લઉં.'

'ના. મારો પગાર આવતો હતો તેથી તમે કેસ લેતાં પહેલાં ફી માંગતા નહોતા અને જે કેસ હારી જાવ તેમાં તો ફી કોઈ આપે જ નહીં. ખરું ?'

હીંચકા ઉપર બેઠબેઠા આ વાતો થતી હતી ત્યાં વૉલ્ટરનો ફોન આવ્યો. 'હેલો'

'Congratulations Kris ! You are proud recepiant of Tony syke human relations award for your couselling work for the seniors.'

'Thanks. This award is a big appreaciatiions of my work. Thanks again !'

'You will be receiving this award in Mayor's office this Saturday 11.00 O'clock.'

'Thanks Sir ! I will be there.'

'Please bring your friends and family and we sincerely Thank you for your work.'

ગિરધારીલાલના ચહેરા ઉપર ખુશીના શેરડા પડતા હતા. બહુ જ ઉત્સાહભેર તેઓ બોલ્યા, 'મુક્તા, મને વૉર્ડ

મળ્યો. ટોની સાઇક ઍવૉર્ડ.'

મુક્તા રાજીરાજી થઈને મીરા અને મૌલિકને સમાચાર આપવા ગયાં ત્યારે ટીવી ઉપર ગિરધારીલાલ બક્ષી વિશે સમાચાર આવી રહ્યા હતા અને બંને દીકરીઓ, બંને પૌત્રીઓ-દીકરો, જમાઈ સૌ તાળીઓથી સમાચારને વધાવી રહ્યાં હતાં.

ગિરધારીલાલની આંખોમાં ભીનાશ હતી. તેમને આવી જ કોઈક સફળતાની આશા હતી જેને માટે તેમણે સમજણા થયા ત્યારથી સિત્તેર વર્ષના થયા ત્યાં સુધી રાહ જોઈ હતી. તેમને તેમના દાદાના શબ્દો સંભળાતા હતા કે "નિરપેક્ષિત રીતે કરેલું કોઈ પણ કાર્ય યોગ્ય સમયે તેનું ફળ આપે જ છે. ફળની આશા રાખ્યા વિના કાર્ય કરે જા. એવું કૃષ્ણ ભગવાને અર્જુનને કહ્યું હતું."

પાંચેક દિવસ બાદ જ્યારે ઍવૉર્ડ સેરીમની થઈ ત્યારે પત્રકારો અને મેયરની ઑફિસનાં કર્મચારી વચ્ચે તેમણે ગળગળા અવાજે કહ્યું, 'મારા દેશમાં મારી કદી કદર ના થઈ તેનો મને કદી અફસોસ નહોતો પણ આ કદર પછી હવે સાન્ફ્રાન્સિસ્કો સાથે વહાલનો સેતુ બંધાયો. મને હજી વધુ કામ કરવાની પ્રેરણા મળી.'

જમનાશંકર જજે ગિરધારીલાલના પુસ્તકની જાહેરાત કરી અને તે પુસ્તકી પ્રતો સાન્ફ્રાન્સિસ્કોની દરેક લાઈબ્રેરીમાં મોકલવાની મેયરે અનુમતિ આપી.

મુક્તા પણ રાજી હતી. મીરા, મીતા અને પરિમલ પણ પપ્પાની ખુશીમાં રાજી હતાં.

12 જ્યાં રહો ત્યાં મસ્ત રહો

'ઓટલા'માં તે શનિવારે ચહલપહલ હતી. તે દિવસનો હીરો હતાં ગિરધારીલાલ બક્ષી.

ભારતીય સિનિયર સિટીઝનનું આ નાનકડું ગ્રૂપ ભારતની બધી ભાષાઓનું અને રાજ્યોનું પ્રતિનિધિત્વ કરે છે. મુક્તા તેમાં સારી એવી સક્રિય છે. ખાસ તો અંગ્રેજી ભાષાને શીખવવાની બાબતે.

રમણીક અગ્રવાલ આ ગ્રૂપમાં સારી વગ ધરાવતો હતો. તેને ખબર પડી કે ગિરધારીલાલને ઍવૉર્ડ મળ્યો ત્યારે તે થોડો ઝંખવાયો, પણ નેતા તરીકે જજે તેને કહ્યું કે વરિષ્ઠ નાગરિકના પ્રશ્નો વિશે જો અમેરિકનો ગિરધારીલાલને સન્માની શકે તો આપણે તો તેનો પૂરેપૂરો લાભ લેવો જોઈએ. આ

આપવું એટલે પામવું 61

ટેકાને લીધે આજે તેઓ એક કલાક વક્તવ્ય આપશે.

જ્યારે માઈક ગિરધારીલાલના હાથમાં આવ્યું ત્યારે બે વાત નક્કી થઈ ગઈ હતી. એક તો લેક્ચર હિન્દી અને અંગ્રેજીમાં આપવાનુ છે અને પ્રશ્નોત્તરી પાછળ છે.

મુક્તાને વિશ્વાસ હતો કે આ વક્તવ્ય એના આત્મ-વિશ્વાસને સંપૂર્ણ રીતે ખીલવશે અને જે વિચારોએ બચપણમાં તેને વ્યાવહારિક ધોરણે નિષ્ફળ કર્યો હતો તેને આજે તે સફળ કરશે.

ગિરધારીલાલે પોતાનું વક્તવ્ય શરૂ કરતાં પહેલાં શ્રોતા-સમૂહને ધારીધારીને અડધી મિનિટ સુધી જોયો અને વિચાર્યુ, આ બધા મારા સહયોગીઓ છે જેઓ મારી વાતને તેમની સમજણ સ્વરૂપે આગળ કહેવાના છે તેથી સંબોધન કર્યુ, 'મિત્રો. મને ઍવૉર્ડ મળ્યો એટલે મને શિંગડાં નથી ઊગ્યાં, પણ એક વાત. અમેરિકનોએ ભારપૂર્વક કહ્યું કે હું જે કંઈ કરું છું તેમાં આપણા સૌનું હિત છે.

એક નાનકડો વિરામ લઈ ગિરધારીલાલ બુલંદ અવાજે બોલ્યા, "બ્રહ્માનંદ સરસ્વતીએ કહ્યું છે કે, 'કોઈ પણ પરિસ્થિતિમાં ગમે ત્યાં હો પરંતુ મનમાં કમજોરી આવવા ન દો. જ્યાં રહો ત્યાં મસ્ત રહો.'

"હવે આ મસ્ત રહો વિધાન દરેક જણ જુદી રીતે લેશે. કોઈ કહેશે, આ રાજરોગ ડાયાબિટિસ લાગ્યો છે. મસ્ત કેવી રીતે રહેવાય ? કોઈ વળી એમ વિચારશે, મારા છોકરાઓ હજી ઠેકાણે નથી પડ્યા. અમે કેવી રીતે મસ્ત રહીએ ? કોઈ

કહેશે, મારી વહુ અને મારા છોકરાની વહુ બાપે માર્યાં વેર હોય એમ ઝઘડે છે તો અમે મસ્ત કેવી રીતે રહીએ ?

"લાઓત્સે તુંગ કહે છે, 'જે વિચારમાં હોય છે તે વાણીમાં આવે છે. જે વાણીમાં હોય છે તે વર્તનમાં બદલાય છે અને જે વર્તનમાં હોય છે તે ચરિત્ર બની સફળતામાં આવે છે. તે જ રીતે મનના વિચારો જો સફળતાના હોય તો સફળતા મળે જ છે. મોટી ઉંમરે મરવાના વિચારો કરશો તો મૃત્યુને આમંત્રણ સામેથી આપો છો એમ કહેવાય. અને જો કંઈક કરવા કાર્યાન્વિત રહેશો તો મોટી ઉંમર સુધી ભેગો થયેલો અનુભવ આપને સફળતા અપાવે જ. હું તેનું જીવંત ઉદાહરણ છું. મેં ધારેલું કે હું શતાયુ થવાનો છું એટલે જોજો હું થઈશ જ, કેમ કે મને હું જે કરું છું તે ગમે છે અને હું કદી પૈસા માટે કરતો નથી. મને લાગે કે જે મદદ માંગવામાં આવી રહી છે તેમાં હું મદદરૂપ થઈ શકીશ તો જ હું હા પાડું અને હા પાડ્યા પછી તે પૂરું કરવા મારા મનને ખૂબ જ ઉત્સાહથી સક્રિય કરું છું.

"મને કહેવામાં આવ્યું કે કાયદો કહે છે, ૬૫ વર્ષે તમને સોશિયલ સિક્યોરીટી મળે, તો મળવી જ જોઈએ..તેથી મારા કાયદાકીય જ્ઞાનને કામે લગાડી, દલીલો કરીને તે કાયદામાં રહેલું છીંડું શોધી નાખ્યું અને એવી જ રજૂઆત કરી કે મને મળવા પાત્ર લાભો મેળવ્યા. આપ સૌને પણ વિનંતી કરું કે આપ જો હજી કોઈક કારણસર બૅનિફિટ ન મેળવી શક્યા હો તો મને મળજો. કેસ જોઈને હું તમને મદદરૂપ થઈશ અને તે પણ એકદમ ફ્રી."

થોડીક કાનાફૂસી થઈ અને પ્રશ્ન પૂછવા કેટલાક હાથ ઊંચા થયા.

ગિરધારીલાલ જ્યાં હાથ ઊંચા થયા હતા તે દિશામાં જોઈને બોલ્યા, 'હા. તમે મને બરોબર સાંભળ્યો છે. મારું માર્ગદર્શન મફત છે. મારે સમાજને પાછું આપવું છે. મારી પાસે જે છે તે. હા. કાનુની સલાહ અને તે પણ મફત. અને જરૂર હશે તો આપની સાથે કોર્ટમાં કે આપના વકીલને મારું દ્રષ્ટિબિંદુ સમજાવવા પણ આવીશ.'

શ્રોતાઓને બરોબર જક્કડમાં રાખતાં એક વધુ વિચાર-બોંબ ફેંક્યો...' જ્યાં તમે ગૂંચવાવ ત્યાં હું તમારી સાથે હોઈશ. કૌટુંબિક ઝઘડો કે મનમુટાવના પ્રશ્નોનું નિરાકરણ હું મધ્યસ્થી બનીને કરીશ. અહીં એક અગત્યની વાત કહી દઉં કે મારી સેવાઓ ગવર્ન્મેંટ લાભોથી વંચિત એવા વરિષ્ઠ નાગરિકો માટે જ છે તેવું નથી. જ્યાં કોઈ પણ માર્ગદર્શનની જરૂર પડે ત્યાં આ સિત્તેર વર્ષનો માર્ગદર્શક હાજર છે. મને એક વખત મારા ન્યૂ જર્સીના મિત્ર પરભુભાઈનો ફોન આવ્યો. 'ગિરધારીલાલ, મારા એક વિદ્યાર્થીના પપ્પા રમેશ કાનજીભાઈ રીસાઈને કેલિફોનીઆ આવ્યા છે. તેમનો ફોટો મોકલું છું. તેમને શોધવામાં મદદ કરશો.'

'મારે માટે આ એક ચેલેંજ હતી, પણ પોલીસની જેમ થોડીક વધુ માહિતી મેળવીને તેમના મિત્ર દ્વારા તેમને શોધી નાખ્યા, કારણ કે તેઓ મૂળ નવસારીના અને આશાનો તાંતણો પકડી ફોન ઉપર જ તેમને શોધી શક્યો.

'હું ફરીથી કહું કે હું સંત કે મહાત્મા નથી. કે નથી કોઈ વિશિષ્ટ શક્તિ મારામાં. પણ હું ખૂબ જ આશાવાદી છું અને જે કામ કરવાનું હાથમાં લઉં છું તેમાં પૂરી શક્તિ સાથે મથું છું. અને મારા જેવા પ્રયત્નો તેવાં જ પરિણામ.'

તાળીઓના ગડગડાટથી આખો 'ઓટલો' ભરાઈ ગયો. પ્રશ્નોત્તરી પણ ચાલી અને સાથે સાથે તેમની ટેલિફોન ડાયરી પણ નવાનવા ફોનનંબરોથી ભરાતી ગઈ. નવા પ્રશ્નો પુછાતા ગયા અને જ્યાં જ્યાં જવાબો હતા ત્યાં અપાયા અને જવાબો નહોતા ત્યાં સંશોધન કરી જવાબ આપશેનાં આશ્વાસનો અપાતાં ગયાં. ગિરધારીલાલનાં વિઝિટિંગ કાર્ડ વહેંચાયાં.

જજ જમનાશંકર ખુશ હતા, તેમના અનુગામીની સફળતા જોઈને. તેમણે મુક્તાને કહી દીધું કે હવે ગિરધારીલાલ તમારા એકલાના નથી. તેઓ સમગ્ર સમાજમાં વહેંચાવાના.

13 જેની કમેંટની વાત

બીજા દિવસની સવારથી ગિરધારીલાલ ફોન ઉપર સક્રિય થઈ ગયા હતા. ફોન ઉપર પોતાની પરિસ્થિતિ રજૂ કરનારની સંખ્યા વધુ હતી. મોટા ભાગના પ્રશ્નો તેઓ સાંભળતા અને તેમનો જવાબ આપતા કે હું આપના પ્રશ્નનો જવાબ સંશોધન કરીને આપીશ. પણ ઘણા એવા ઉતાવળિયા હતા જેમને જવાબ તરત જ જોઈતો હતો અને તેઓ જે વિચારે છે તે જ સાચું છે એમ માનનારા હતા. એમ હકારાત્મક જોઈતો હોય ત્યારે ગિરધારીલાલની રમૂજશક્તિ ચોસઠેયય કળાએ ખીલતી. મુક્તા માનતી કે ચાલો ઠીક થયું, ભૂતને પીપળા મળ્યા.

એક વખત ગિરધારીલાલને લોસ એન્જેલસ ભાષણ

આપવા આમંત્રણ મળ્યું. તે સભા હતી બેબી બૂમરો માટે; એટલે ૫૦થી ઉપરના માણસો માટેની હતી. ગિરધારીલાલની ઉંમર તે વખતે ૭૨ની. તેથી ભલે આમંત્રિત હતા પરંતુ તેમનું વક્તવ્ય કંઈ તે લોકો માટે બહુ અગત્યનું નહોતું. ૫૦થી ઉપરના લગભગ ૭૫ જેટલા માણસોને નિવૃત્તિ માટે તૈયાર કરવાનો મૂળ હેતુ હતો.

પહેલે દિવસે તબીબોનાં વક્તવ્યો હતાં જેઓ સભાને વધતી ઉંમરે કયા કયા રોગો થાય, તેનો સામનો કેવી રીતે કરવો તથા તે માટેની દવાઓ વિશે વાતો હતી. ઍલ્હાઈમર વિસ્મૃતિથી શરૂ કરી તીવ્રતમ હૃદયરોગનાં લક્ષણો અને તેને રોકવાના ઉપાયો બતાવ્યા. સાંજે બેચાર વિદૂષકોને બોલાવીને રખાયેલો મનોરંજનનો કાર્યક્રમ હતો. તે વિદૂષકોને નવાઈ લાગતી હતી કે જોક ઉપર કોઈ હસતું કેમ નથી ? હું દરેકનાં મોં જોઈને સ્પષ્ટ કહી શકતો હતો કે તબીબી વાતોથી બધા શ્રોતા એટલા બધા ભડકી ગયા હતા કે કોઈને વિદૂષકોની વાતથી હસવું આવે તે શક્ય નહોતું.

બીજે દિવસે યોગ અને નિવૃત્તિ-નિવાસની મુલાકાતો હતી. કૉફી અને નાસ્તો હતાં. બે બસ ભરીને તે શહેરની આસપાસનાં પાંચેક નિવૃત્તિ-નિવાસોની મુલાકાત કરાવી આયોજકો તે નિવૃત્તિ-નિવાસના ફાયદા. સગવડો અને લાભો સમજાવતા હતા. જ્યારે મારા સહિત સૌની નજર ત્યાં રહેતા અને પોતાની જાતને કોસતા રહેવાસીઓની ઉપર હતી. ડરના માર્યા સૌ વિચારતા હતા કે આપણે અહીં રહેવા આવવું

પડે તે પહેલાં મોત આવે તો સારું.

ત્રીજે દિવસે સવારે ગિરધારીલાલને આયોજકોએ કહ્યું કે આપણી પાસે ૨૫ મિનિટનો સમય છે અને ત્રણ વક્તા છે તેથી તમે તે પ્રમાણે આ સભાજનોને વક્તવ્ય આપો. એટલે ગિરધારીલાલે જણાવ્યું કે મને જે યોગ્ય લાગે તે કહીશ અને ૮ મિનિટ કરતાં વધારે નહીં બોલું. જરૂર પડે તો ધ્યાન દોરજો. તે ભાઈને ગિરધારીલાલની સભ્યતા ગમી અને ડોકું હલાવ્યું.

ગિરધારીલાલે વાતની શરૂઆત કરતાં કહ્યું કે અહીં તમે જે સાંભળ્યું અને જોયું તે બધું ભૂલી જાવ. અને એક વાત ધ્યાન રાખો કે માણસ એક છે અને તેને આટલી બધી ખરાબ પરિસ્થિતિમાંથી પસાર થવું પડે તે માનવાનું કોઈ કારણ નથી. તમને ખબર છે ને, શસ્ત્રક્રિયા પહેલાં ડૉક્ટર લખાવી લે છે કે તમે મરી જાવ તો ડૉક્ટર જવાબદાર નહીંપબસ, આ એવું જ છે. તમને ક્યારેક પણ કંઈ થશે તો તેના ઈલાજો છે. તેના ભાર સાથે જીવવાની કંઈ જ જરૂર નથી. આ મારા જાત અનુભવથી આપને કહી રહ્યો છું..આ સભાનાં સંચાલકોનાં સંચાલનો ખોટાં છે તેમ નથી કહેતો, પણ તેમણે જણાવેલા બધા ભયો મુજબ તમને થશે તે ડર તમારા મગજમાંથી કાઢી નાખોપઅને તાળીઓના ગડગડાટોથી સભા ગુંજી રહી. કહેવાની જરૂર નથી કે તે વક્તવ્ય અને ત્યાર પછીની પ્રશ્નોત્તરી દોઢ કલાકથી વધુ ચાલી.

ગિરધારીલાલને પુછાયેલ સૌથી અઘરો પ્રશ્ન હતો, 'શું

ઉંમર થઈ એટલે આત્મસન્માન ગુમાવીને જીવવાનું ?'

ગિરધારીલાલે મંદ હાસ્ય સાથે કહ્યું, 'આત્મસન્માન એ બહુ બારીક શબ્દ છે જેમાં તમારું દ્રષ્ટિબિંદુ અને સામેનાનું દ્રષ્ટિબિંદુ એક સ્થળે એકત્રિત ન થાય તો વિરોધાભાસ થવાનોપજેમ કે તમને અલ્હાઈમર છે અને તમને ભૂલી જવાની બીમારી છે. તમે કૉફી પીધી અને તમે થોડું ચાલ્યા પછી ફરીથી કૉફી પીવાની તલપ થઈ અને તમે કહો કે મેં સવારથી કૉફી પીધી જ નથી તો તે ખોટું. પણ તમારી સંભાળ રાખનારા બહેન કહે કે તમે કૉફી પીધી છે તો શાંતિથી તમે કહો કે ભલે, મને ફરી પીવી છે. તો દ્રષ્ટિબિંદુ એક થઈ ગયું, પણ જો એમ જ કહ્યા કરો કે ના મેં પીધી જ નથી અને તું ખોટું બોલે છે તો બદલાયેલું દ્રષ્ટિબિંદુ વિખવાદ કરી શકે. હવે આત્મસન્માન કેમ ગુમાવ્યું ? અલ્હાઈમરને કારણે. તમે જે ભૂલી ગયા તેને કારણેપ'

બીજો પ્રશ્ન હતો, 'ભૂતકાળમાં પડ્યા રહેવાનો શું અર્થ ?'

'એક સમયે તમે રાજા હતા. એક સમયે મોટી કંપનીના ઉચ્ચ હોદ્દેદાર હતા, પણ આજે નથી તેનુ શું ?

'ભૂતકાળ એ ગાડીનો rear mirror છે. તેમાં જ્યારે જરૂર પડે ત્યારે જ અને તેટલો સમય જ રહેવું જોઈએ... ઈતિહાસ પુનરાવર્તિત થતો હોય છે પણ રોજ નહીં. જ્યારે રોજ તે ગાડીનો front glass છે. તેની જરૂર વધારે હોય છે. અને ભૂલી જવાની ઘટના આમ તો સુખદાયક હોય છે. અને

તમે જોજો, લોકો મોટે ભાગે ભૂતકાળનાં દુઃખો જ વાગોળતા હોય છે. સુખો નહીં.'

ત્રીજો પ્રશ્ન હતો પૂર્વગ્રહ પર. મારે કેમ નવી રીતે જીવવાનું ? અમે જે રીતે જીવ્યા છીએ તે રીત અમને બરોબર લાગે છે.

ગિરધારીલાલે જવાબ આપવાને બદલે સામે પ્રશ્ન પૂછ્યો કે તમારે સુખમય રીતે સો વરસ જીવવું છે કે દુઃખમય રીતેપતો જવાબ સ્વાભાવિક રીતે જ સુખમય રીતનો હતો. મારા પિતરાઈ મોટાભાઈ કૃષ્ણ દેસાઈ અમેરિકામાં રહેતા હતા ત્યારે તેમની બૅનિફિટ આવકો બંધાઈ ચૂકી હતી. તેમની પત્નીને અલ્ઝાઈમર થયો હતો અને તે બધું ભૂલી જતી હતી..દીકરો અને વહુ બધી જ રીતે સારાં. એક વખત એવું નક્કી થયું કે જિંદગીનાં છેલ્લા વરસો ભારતમાં ગાળવાં. તેથી અમદાવાદમાં સારો એપાર્ટમેંટ ખરીદ્યો અને મહારાજ, ચોવીસ કલાકની કામવાળી, રામલો અને ડ્રાઈવર સાથે રહેવું શરૂ કર્યું. બે વર્ષ બાદ પત્નીના મૃત્યુ પછી છોકરાએ અમેરિકા બોલાવ્યા ત્યારે કહે, હું તો અહીં સારો છું. મને અહીં ૪ નોકરો છે. ત્યાં બધું મારે જાતે કરવું પડે. અમેરિકામાં જેમ સુખો છે તેમ દુઃખો પણ છે. જ્યારે તે જ પ્રકારે ભારતમાં પણ સુખો છે તેમ જ દુઃખો છે. કૃષ્ણનો સ્વભાવ ટોળામાં જીવવાનો અને તે ટોળા આજે ૯૦ વર્ષે પણ તેને મળે છે. જ્યારે જો તે અમેરિકામાં હોત તો કદાચ નર્સિંગહોમ મળત. આ વાતને હું front mirrorમાં રહીને જીવવાનું કહું છું. તે અમેરિકન

જીવનપદ્ધતિ જીવ્યા પછી પણ નવું જીવન શરૂ કરે છે અને 'આજ'માં જીવે છે. અમેરિકાથી ભારત જતા ઘણા બધા મિત્રોએ તેનો સત્કાર માણ્યો છે. (એ કહે છે, જૂની જીવનપદ્ધતિમાં જે છે તે કદાચ નવી જીવનપદ્ધતિમાં ના હોય પણ જે છે તેમાં જે નથીનો પૂર્વગ્રહ ઉમેરવો તે જ rear mirror જોઈને ગાડી ચલાવવાની વાત છે)

બીજું ઉદાહરણ ગિરધારીલાલે ગિનીઝ બુક ઑફ રેકૉર્ડમાં સ્થાન પામેલી સૌથી લાંબુ જીવન જીવેલી ફ્રેન્ચ મહિલા જેની કમેટનું આપ્યું. તે ૧૨૨ વર્ષ જીવેલી. ૮૫ વર્ષે તે Fencing (તલવારબાજી અને તીવ્ર ચંચળતાયુક્ત યુદ્ધસાધનોના ખેલો) કરતી અને ૧૦૦ વર્ષે પણ તેના ગામના પહાડી વિસ્તારમાં તે સાયકલ ચલાવતી. ૧૧૯ વર્ષ સુધી તે ધૂમ્રપાન કરતી. તેના સુદીર્ઘ જીવન માટે તે કહેતી કે લસણ, શાકભાજી, ઓલિવ ઓઇલમાં ડુબાડીને ખાતી અને શરીરે ઓલિવ ઓઇલ ચોપડતી પણ, ૧૧૪ વર્ષ સુધી તો તે સ્વસ્થતાથી ચાલી શકતી. ૧૧૯ વર્ષે આંખે તકલીફ થતાં અને ખાસ તો જાતે લાઇટર ન સળગાવી શકતાં તેણે ધૂમ્રપાન છોડ્યું. તે મનથી પોતાને કદી વૃદ્ધ માનતી નહોતી અને સદા પ્રસન્ન મિજાજમાં રહેતી.

અંતે જ્યારે ગિરધારીલાલનું વક્તવ્ય પૂરું થયું ત્યારે તે સૌ શ્રોતાઓનો, તેઓને 'હકારાત્મક જીવન જીવો'નો વ્યવહારિક સંદેશો આપનારો 'દાદો' હતો અને પૂર્વગ્રહો છોડી 'આજ'માં જીવવાની શીખ આપનારો 'ગુરુ' હતો.

આપવું એટલે પામવું 71

ગિરધારીલાલને ૨૫ મિનિટની મર્યાદા બતાવનારા સંચાલક મિત્ર તો તેમને ભેટી જ પડ્યા હતા. અને ગિરધારીલાલની સ્મૃતિનો સૌથી સંતોષજનક તે દિવસ હતો, કારણ કે ૭૫ જણને તેમણે શતાયુ બનવાની જડીબુટ્ટીઓ આપી હતી.

પાછા ફરતી વખતે બસમાં ગિરધારીલાલ ઉર્ફે ક્રીસ બક્ષી ખૂબ જ ડીમાંડમાં હતા. તેઓના પુસ્તક માટે ભારે માંગણીઓ ઊભી થતી જણાઈ.

14 પહેલાં પુસ્તકનું વિમોચન

ગિરધારીલાલ નામ લોકોને લાંબું પડતું હતું એટલે ક્રીસ બક્ષી નામ વધુ ને વધુ પ્રસરતું જતું હતું. સોશિયલ સિક્યોરિટીની ઑફિસમાંથી પુસ્તક ઓ. કે થઈને આવ્યું એટલે તેની સાથે ગ્રાંટનો ચૅક પણ આવ્યો અને પ્રિંટિંગ માટેનાં સૂચનો સાથે પ્રેસની માહિતી પણ આવી. દસ દિવસમાં હસ્તપ્રત ટાઈપ અને પ્રૂફરીડ થઈને આવી. કેટલીક વાક્યરચનાઓ અમેરિકન થઈ હતી પણ તે સિવાયનું બધું બરોબર હતું, તેથી મેયર ઑફિસે પ્રિન્ટ કરાવવા આપી દીધી અને ટાઈટલ ઉપર નામ ગિરધારીલાલ બક્ષી અને ક્રીસ બક્ષી બંને રખાયું હતું.

પુસ્તકની ઘણી બધી પળોજણ જજ સાહેબે તેમના હસ્તક

રાખી હતી તેથી જ્યારે પહેલી ૫૦ કૉપી લાઈબ્રેરી માટે તેમના હાથમાં આવી ત્યારે આખું કુટુંબ તેમના નવા લેખક અવતારને માણી રહ્યું. મીરા કહે, 'પપ્પા, કાયદો તમને સાચી ભાષામાં અહીં અમેરિકામાં ફળ્યો અને તે લેખકરૂપે...' મીરાની બંને છોકરીઓએ નાના માટે વિમોચન સમારંભ ગોઠવ્યો હતો જેમાં દાદાનાં સૌ મિત્રો અને મદદગારો હતા.

પુસ્તક વિમોચન પહેલાં રાજેશે તેનાં બે ચાર મોટેલ મિત્રોને કહી રાખેલું કે આ પુસ્તક ભારતીય ભાષામાં કરાવો કે જેથી 'ઓટલા'નાં સૌ મિત્રો પણ વાંચે અને તેનો લાભ લે.

'પુસ્તક વિમોચન એ લેખક માટે ખૂબ જ આનંદનો પ્રસંગ છે. જેમ ઘરમાં વંશજનો જન્મ હોય તેમ..' મીરાબહેન શ્રોતાગણમાં પોતાનો આનંદ વહેંચતાં હતાં. નાની બંને દીકરીઓ પુસ્તકે સરસ આવરણમાં બાંધીને લાવી હતી. મુક્તાબહેન, મીતા અને પરિમલ પણ સરસ તૈયાર થઈને 'દીદી' રેસ્ટોરંટમાં આવ્યાં હતાં. મેયરની ઑફિસનો સ્ટાફ, અને મેયર સાથે રાજકીય પ્રતિનિધિ વૉલ્ટર પણ હાજર હતા.

બરોબર છના ટકોરે ગિરધારીલાલને સન્માનીને જજ સાહેબના હાથે પુસ્તકનું અનાવરણ થયું.

સામન્યતઃ જે લેક્ચરબાજી થતી હોય તે થયા પછી ક્રીસ બક્ષીને માઈક સોંપાયું ત્યારે હૉલ તાળીઓથી ગુંજતો હતો. તેમની આંખ ભીની હતી. તેમણે આ પુસ્તક લખવાની પ્રેરણા

આપનાર જજ સાહેબનો આભાર માની વાતની શરૂઆત કરતાં કહ્યું -

'આપણામાં કહેવત છે ને કે લખાણું તે વંચાણું...પણ કાયદાની ભાષામાં વંચાયા પછી તે કાયદો મને ક્યાં અને કેવી રીતે ઉપયોગી થશે તે સમજવાનું કે સમજાવવાનું કામ સહજ નથી. અને ખાસ કરીને વિદેશથી આવેલા વરિષ્ઠ નાગરિકો માટે. કારણ કે તેમનો કેસ અહીં નિવૃત્ત થયેલા વરિષ્ઠ નાગરિકો કરતાં જુદો હોય છે. તેને સમજવા અને સમજાવવા કાનુની લાયકાત હોવી જોઈએ. મને શ્રદ્ધા છે કે વરિષ્ઠ નાગરિકોને લાભ આપતા કાયદાઓનું યોગ્ય અર્થઘટન કરી આપ સૌ લાભ મેળવો. અહીં બે શબ્દો બહુ અગત્યના છે અને તે છે 'યોગ્ય અર્થઘટન'. ભારતથી આવેલા અને અહીં સ્થિર થતા કે થવા આવેલા સૌ નાગરિકોને અમેરિકન સરકાર કેટલાક લાભો આપે છે તે લેવા તેમને સમજજો અને યોગ્યતા હોય તો જ મેળવવા મથજો. આ લાભો અમુક યોગ્યતાઓ હોય તેને જ મળે છે.'

રાજેશના મિત્ર મનહરભાઈએ હાથ ઊંચો કરીને પ્રશ્ન કર્યો કે, 'તમે મહેનત કરી અમારા માટે આ કાયદાઓને સરળ કર્યા, પણ મારા બાપાને કે જેમને અંગ્રેજી વાંચતા નથી આવડતું તેમને માટે કશું વિચાર્યું છે ?'

'ગિરધારીલાલે મુક્તા સામે જોયું અને પછી જાહેર કર્યું કે જો યોગ્ય અનુવાદક મળશે તો તે પણ ચોક્કસ કરીશું.'

રાજેશે તે પ્રશ્ન વૉલ્ટરને પૂછ્યો અને વૉલ્ટરે મેયરને

અને તેમણે સંમતિમાં માથું હલાવ્યું તેથી હવે તે પુસ્તક હિંદી અને ગુજરાતીમાં પણ મળશેના સૂચક ઉચ્ચારો સાથે સભા પૂરી થઈ.

'દીદી' રેસ્ટોરંટમાં સૌ ખુશ હતાં. ગિરધારીલાલને તો આશા પણ નહોતી કે તેમનું પુસ્તક ત્રણ ભાષામાં થશે. તેઓ નતમસ્તકે તેમની સફળતા માણી રહ્યા.

છોકરીઓના નાના તેમને આજ કહી રહ્યા હતા કે 'કર્મ કરવાનો તારો અધિકાર. ફળ આપવાનો તો પ્રભુનો અધિકાર.'

15. મેં જ મને તક આપી

ગિરધારીલાલ અને મુક્તાબહેન સાથે ફરવા નીકળ્યાં છે.

મુક્તા : 'તમે તમારાં ૧૦ હજાર પગલાં ચાલવાનો ભેખ લીધો ત્યારે તમને ખબર હતી કે આ પ્રક્રિયા તમારા આયુષ્યને દીર્ઘ કરશે ?'

'મુક્તા, તું માને કે ના માને પણ આ જ્યારે ચાલતાં ચાલતાં હું પગલાં ગણતો હોઉં ત્યારે હું મારી જાત સાથે રહેતો હોઉં છું. અને આ જાત સાથે દોસ્તી કરવી એ બહુ સહજ વાત નથી. જાત સાથે દોસ્તીનો અર્થ થાય છે કે ચંચળ મનને આપણી ધારણા પ્રમાણે ચલાવવું.'

'એટલે ?'

'એટલે આપણા અંતરમાં જે સત્યો જાણતાં હોઈએ

તેની વિરુદ્ધ મનમર્કટ વર્તે ત્યારે તેને દાબવાની એ ક્રિયા છે.'

'જૈન મુનીઓ પગે ચાલતા હોય છે ત્યારે તેઓ તો અલગ વાત કહે છે. પગનાં તળિયાંમાં આખા શરીરનાં દાબબિંદુઓ હોય છે જે દબાય એટલે જેતે અંગોના કોષો શક્તિવંતા બનતા હોય છે.'

'હા, એ વાત સાચી છે અને સાથેસાથે તાજી હવામાં એટલે કે બાગ કે ઉદ્યાનમાં ફરીએ એટલે પ્રાણવાયુ પણ શરીરને નિરોગી રાખવામાં મદદરૂપ થતો હોય છે.'

'હમણા 'કવિલોક' માં મેં લક્ષ્મી ડોબરિયાની એક કવિતા વાંચી તે મુક્તા, તમને સંભળાવું ?'

મેં જ મને તક આપી,
પંખ-વિરોધી થવા કરતાં,
સમજણ મનમાં સ્થાપી...
મેં જ મને તક આપી.

સાવ નજીવા કારણસર અહીં, ગાંઠ બધીએ પડતી,
એમ જ અવસર ટાણે પાછી, કારણ વિણ એ નડતી;
મેઘ-ધનુષી સપનું ભાળી, શ્વેત હકીકત જાપી.
મેં જ મને તક આપી.

રેખાઓની ભીતર રહીને, ચીલો નોખો પાડ્યો,
સાદ હૃદયનો સુણીને આ, પડઘો પાછો વાળ્યો;
અજવાળાની નેમ હતી તો, જાત સહજ સંતાપી.
મેં જ મને તક આપી.

સાચુકલા સ્નેહીજનને તો, શ્વાસ સરીખા રાખ્યા,
હાથવગાં સુખ સાથે દુઃખનાં ભાગ્ય તણાં ફળ ચાખ્યાં;
સંબંધોને લયમાં રાખી, રાગ નવો આલાપી.
મેં જ મને તક આપી.

કવયિત્રી કેવી સરસ વાત કહે છે...મેં જ મને તક આપી. મારી જાતે જ મને સુધરવાની તક આપી. જો દરેક માણસ બીજાને સુધારવાને બદલે પોતે જ સમજણો થઈ જાય તો કેવું રુડું ?'

'અરે વાહ ! સંબંધોને લયમાં રાખવાનો વિચાર સાંભળી મને પેલા રાજાની વાત યાદ આવી...આખા શહેરમાં ધૂળ ઊડતી બંધ કરવા શહેરને ચામડે મઢાવવા કરતાં પગને જૂતાંથી સંરક્ષણ આપવુંવાળી વાત.'

'હા, તમારી વાત બરોબર છે. મોટી ઉંમરે આ સમજણ આવે તે તો યોગ્ય છે જ પણ ખરેખર તો આ સમજણ સમજવાની ઉંમરથી જ આવી જાય તો જિંદગી સામાજિક સ્તરે પણ સ્થિર અને સુદૃઢ થઈ જાય. આ રમણીકને જ જુઓને ?'

'શું થયું એ રમણીકને વળી પાછું ?'

'ભારતમાં ખૂબ જ સુખિયો હતો...ઘરમાં નોકર, શૉફર અને રસોઈયા હતા. એના દીકરા મહેશે એને તેડાવ્યો ત્યારે મહેશને એમ હતું કે બાપા એકલા પડ્યા છે તો અહીં નજર સામે રહે અને અહીંનું સુખ જરા માણે..પણ સુખ માણવાય સમજણ જોઈએ ને ?'

'એટલે?'

'એટલે એ જે છે તેની સામે જોવાને બદલે જે નથી તે જ જોયા કરે છે.'

'જરા સમજાય તેવું બોલો ને ?'

'અહીં તેને બધી જ પ્રકારનું સુખ છે છતાં પુષ્પા, તું

ગઈ પછી મને ડાયબિટીસ થઈ ગયોનાં રોદણાં રડે છે. એ કંઈ ભગવાન ઓછો હતો કે પુષ્પાના મૃત્યુને ટાળી શકે ? અને હવે ડાયાબિટીસ વળગી ગયા પછી તેને દૂર કરવાના ઉપાયો મહેશ અને રાગિણી કરે છે ત્યારે તેને વાતેવાતે ઓછું આવે છે...હું તો તેને કહું છું કે ભાઈ, ડાયાબિટીસ થયો છે કંઈ કૅન્સર તો નથી ને ?'

'વાત તો સાચી છે. ચાલો હવે હું આ હીંચકે બેસું છું...તમારાં બાકીનાં પગલાં પૂરા કરો...આ મીરા પણ આવી ગઈ..'

'ભલે. હવે તમારી પાળી બદલાઈ અને મીરાનો વારો, મારી સાથે ચાલવાનો...'

'પપ્પા ! તમને કેવી રીતે ખબર પડે કે તમારાં દસ હજાર પગલાં પૂરાં થયાં ?' મીરાએ પપ્પા સાથે ચાલતાં પ્રશ્ન કર્યો.

'આ તારા ઘરનો આખો એક રાઉંડ પૂરો કરું ત્યારે ૧૦૦૦ પગલાં થાય અને તેથી દિવસના દસ રાઉંડ અને દસ હજાર પગલાં પૂરાં.'

'અમારામાંથી કોઈ સાથે હોય ત્યારે તો અમારી સાથે વાતો કરતાં કરતાં ચલાઈ જાય. પણ એકલા હો ત્યારે કંટાળો નથી આવતો ?'

'પહેલાં આવતો હતો પણ શતાયુ થવાનું જજ સાહેબે પુસ્તક આપ્યા પછી તો એ સૌ તકનીકો સમજાઈ ગઈ.' થોડોક વિચાર કરીને ફરી તે બોલ્યા,'પુસ્તક વાંચતાં પહેલાં ઘણી બધી વાતોની ખબર હતી..પણ પુસ્તક વાંચ્યાં પછી

એક ખૂબ જ અગત્યનો મુદ્દો સમજાયો અને તે, મન ધારે તો દોસ્ત બને અને ના ધારે તો દુશ્મન. પહેલાં હું જે કંઈ કરતો હતો તે ડરથી કરતો હતો. પાછલી ઉંમરે દુઃખી ના થવું હોય તો શરીર સાચવ. પણ હવે તે ડરની જગ્યા સમજણે લીધી છે. સમાજમાં કેટલુંય કામ બાકી પડ્યું છે. તે બધું પૂરું કરવા સારી તબિયત જરૂરી છે તે સમજણ હવે મને નિયમિતતા અપાવે છે. વળી બીજી સમજણ એ કે માંદો પડીશ એટલે મને એકલાને સજા નથી. મારી સાથે સંકળાયેલાં સૌ મારે લીધે હેરાન થાય તે ન થવા દેવા માટે પણ મારે સ્વસ્થ રહેવાનું. અને છેલ્લી સમજણ કદાચ આધ્યાત્મિક છે અને તે છે, આ દેહ અને આ ભવ ફરી ક્યારે મળશે ? મારું ચિંતન આગળ જેમજેમ ચાલતું ગયું તેમ એક વાત સાવ સહજ રીતે સમજાઈ ગઈ કે મનનો હું તાબેદાર નથી પણ મન મારું ગુલામ છે. હું જેમ કહું તેમ તેણે કરવાનું હોય છે તેથી જ્યારે પણ ચાલવાનું છોડી દેવાનો કે આળસીને બેસી જવાનો વિચાર આવે ત્યારે મારા મનને ઠપકારું છું. આ શરીર ૨૫૦ વરસ સુધી ચાલી શકે તેવી સિદ્ધિઓથી ભરપૂર છે..આ જુદાજુદા મનના ભસકાઓથી તેની ઉંમર આપણે ઘટાડી રહ્યાં છીએ.

'પપ્પા, ટૂંકમાં આ ટેવ પાડવા માટે મન જ્યારે પણ બળવત્તર બને ત્યારે તેને દાબવું એમ જ ને ?' મીરાએ ટહુકો કર્યો.

'હા, અને સાથે સાથે વકીલાતે મને બે વસ્તુ બહુ

સહજ રીતે શીખવી, જેનો અત્યારે હવે હું ભરપૂર રીતે ઉપયોગ કરું છું.'

'કઈ બે વાત, પપ્પાજી ?'

'એક, મારો અસીલ જે મને કહે છે તે તેની વિવેક-બુદ્ધિથી કહે છે. મારું કામ એ છે કે કાયદો શું કહે છે. અને તે કાયદાની જોગવાઈઓ પ્રમાણે મારા અસીલના હિતમાં શું છે ?'

'પણ પપ્પાજી, તમે ખાલી કાયદો જ ક્યાં કરો છો ? પરભુભાઈના ફોન ઉપર રમેશ કાનજીને શોધ્યો તેમાં તો કાયદો ક્યાંય નહોતો.'

'હા. તે સમાજસેવા હતી અને મારો ભરપૂર આશાવાદ હતો. જે પહેલી નજરે અશક્ય લાગતું હતું તે શક્ય બન્યું કારણ કે મેં મારી રીતે પ્રયત્ન કર્યો અને હું એટલું જ કરી શકુ.' મીરાએ નોંધ્યું કે છેલ્લો દસમો રાઉંડ પપ્પાને થકવતો હતો અને તેમને શ્વાસ ચઢતો હતો. હીંચકા પર મમ્મી પણ રાહ જોતાં હતાં કે પપ્પા થોડોક શ્વાસ લે અને હીંચકે તેમની સાથે બેસે.

16 જજ સાહેબનો વારસો

જજ સાહેબના જમાઈનો ફોન આવ્યો, 'પપ્પાને હાર્ટ ઍટેક આવ્યો છે તમને યાદ કરે છે જલ્દી ફ્રીમોંટ સાઉથની હૉસ્પિટલમાં પહોંચો.'

આઈ.સી. યુ.માં જજ સાહેબ હતા. તેમની આંખો ગિરધારીલાલને શોધતી હતી.

મીરા અને ગિરધારીલાલ હૉસ્પિટલમાં પહોંચ્યા ત્યારે તેમને જોઈને જજ સાહેબ બોલ્યા. 'ક્રીસ, મારો જવાનો સમય આવી ગયો છે. મને આનંદ છે કે તેં કાયદાના ફાયદા અને વાયદા બંને જાળવ્યા છે. ફક્ત એટલું કહું કે આ કામ તારા પછી પણ ચાલુ રહે તેવી વ્યવસ્થા કરજે.'

આર્દ્ર ચહેરે ગિરધારીલાલ બોલ્યા, 'આ કામ તમારા

માર્ગદર્શનથી સહજ બન્યુ હતું.'

જજ સાહેબે તેમની ડાયરી વાંચવા આપી અને કહ્યું, 'હા. હવે છેલ્લે એક વાત. એકલો કામ ના કરતો રહીશ..વહેંચતો રહેજે અને વહેંચાતો રહેજે. તારા ઉત્તમ અને ઉદાત્ત વિચારો સમજીને ફેલાવી શકે તેવા અસંખ્ય ક્રીસ બક્ષી પેદા કરજે..સમાજને ઘણી જ જરૂર છે ક્રીસ બક્ષીઓની...'

જજ સાહેબે છેલ્લો શ્વાસ લીધો ત્યારે ખૂબ જ પ્રસન્ન હતા. ક્રીસ બક્ષી એક વધુ ભારથી લદાયા...વહેંચાવાનું તો કઠિન હતુ...વહેંચવું સહેલ હતું તો તે તો કરતા હતા.

ગિરધારીલાલના આશ્ચર્ય સાથે ડાયરીમાં એકલા ગિરધારીલાલનાં વખાણ હતાં અને તે પણ જજ તરીકે ગિરધારીલાલનાં કાર્યોનું વિગતે વિવરણ હતું. અને સાથે સાથે તેમની નોંધ હતી કે જો આ કામ તેમણે કર્યું હોત તો પરિણામ શું આવત. જેટલાં કામો ગિરધારીલાલે કર્યાં હતાં તે સૌ જજ સાહેબે મોકલેલાં હતાં.

છેલ્લે પાને લખ્યું હતું કે રતનલાલ, તારી પરીક્ષા છે, જે સફળતાથી ઉત્તીર્ણ કરીશ તો તે તારો હનુમાન બની ને રહેશે. તેનો ફોન નંબર અને ભારતમાં જે કુટુંબમાંથી આવે છે તેનું વિવરણ હતું....તેને મેડિકેર અપાવવાનો હતો.

17. રતન મહેતા

ફોન ઉપર રતન મહેતાને ફોન કર્યો ત્યારે ગિરધારીલાલને લાગ્યું કે રતન મહેતા ચુસ્ત જૈન તો છે જ અને સિદ્ધાંતનિષ્ઠ પણ છે. બંને ઓછું સાંભળતા એટલે ગિરધારીલાલે કાન પરનો રેડિયો મોટો કરીને વાત શરૂ કરી.

'જુઓ રતનલાલ, જજ સાહેબે તમારી સાથે વાત કરવાની કહી છે તેથી ફોન કરું છું. મારું નામ ગિરધારીલાલ અને અમેરિકન સરકાર જે લાભો આપે છે તે અપાવવાનો ત્રિવેદી સાહેબે મને હુકમ કર્યો છે.'

'આભાર સાહેબ, પણ મને ભીખ નથી જોઈતી.'

'તમે પહેલા માણસ છો જે બૅનિફિટને ભીખ કહો છો.'

'જુઓ, મને કામ કર્યા વગર બેઠાબેઠ કોઈ પૈસા આપે

તે મારે માટે તો અણહકની લક્ષ્મી છે. હું મહેતા કુટુંબનો વંશજ...અમે દાન કરીએ પણ દાન લઈએ નહીં. અમે દહેરાસરો બાંધીએ, વહીવટ કરીએ પણ ના પગાર લઈએ કે ના દેવદ્રવ્યને ખોટી રીતે ખચીએ..'

'પણ ભાઈ, તારા પૈસા કોઈએ લોનમાં લીધા હોય અને તે લોન પાછી આપે તો તે તારા હક્કના પૈસા થયા ને ?'

'મેં તો કોઈને પૈસા આપ્યા જ નથી.' સામે છેડો મજબૂત હતો..' અને આપ્યા હોય તો પણ હું વાણિયાનો દીકરો. મારી પાસે બધો જ હિસાબ હોય !'

ગિરધારીલાલે કહ્યું, 'અમેરિકામાં કેટલાં વર્ષોથી છો ?'

'આજે ૬૬ વર્ષ થયાં. ચાલીસ વર્ષનો હતો ત્યારથી નોકરી કરી છે.'

'હજી ક્યાં સુધી નોકરી કરવી છે ?'

'હાથપગ ચાલે ત્યાં સુધી.'

'ઘરમાં કોઈ ખાનાર-પીનાર છે ?'

'ના રે. એ ડખાને લીધે તો ભારત છોડીને આવ્યો.'

'કેમ શું થયું ?'

'હવે જેની સાથે પરણવું હતું તેની સાથે પરણવાની બાપાએ ના પાડી. અને એ જેની સાથે મને પરણાવતા હતા તેને મેં ના પાડી.'

'કેમ ?'

'કુટુંબની મૂડી કુટુંબમાં રાખવા પિતરાઈ બહેન સાથે મારે નહોતું પરણવું એટલે બધું છોડીને નાસી આવ્યો.'

'હવે ?'

'હવે ઉચ્છેદિયો થઈને મુક્તિ પામીશ.'

'ઉચ્છેદિયો ?'

'એટલે નિર્વંશ...પણ એ વાત આપણે શું કામ કરીએ છીએ ? ગિરધારીલાલ, તમારો ઉલ્લેખ જજ સાહેબે કર્યો હતો...પણ મને કોઈ ગવર્ન્મેંટના લાભો જોઈતા નથી...એ ભલે જેમને ખાવા હોય તે ખાય. અણહકનું મને ના જ ખપે. મને શક્ય હોય તો મેડિકલ ઇન્સ્યોરન્સ અપાવી દો.. હમણાં લે-ઑફ થયો છે તેથી તે તકલીફ છે. માંદા પડીએ અને અમદાવાદ દવા લેવા જવાનું હવે પરવડતું નથી. અને કુટુંબીજનોની અવળવાણી હવે સંભળાતી પણ નથી. મા અને બાપા રહ્યાં નથી તેથી હવે તો જાત્રા કરવા જવાનું પણ મન નથી થતુ.'

'મને મળવા આવી શકશો ? મને ૭૭ થયાં છે. ક્યાંક વચ્ચે મળવું હોય તો પણ મળાશે. મારી પાસે ગાડી પણ હાથવગી નથી.'

'તમે મેડિકલ ઇન્સ્યોરન્સનું કામ કરો છો ?'

'૬૬ વર્ષે હવે તમને હેલ્થ ઇન્સ્યોરન્સ મેડિકેરના સ્વરૂપે મળશે. અને એક વાત સમજો. તમે ૨૬ વર્ષ સરકાર માઈબાપને જે પૈસા ટેક્ષ સમજીને આપ્યા છે ને ? તે બધો ટેક્ષ નથી હોતો. તેમાં મેડિકેર અને અનએંપ્લોયમેંટ કે સોશિયલ સિક્યોરીટી માટે તમે સરકારને લોન આપેલી છે. એ લોન તમને મૂડી સ્વરૂપે પાછી મળે છે.'

'એમ ?'

'હા. જજ સાહેબ કાયદાની ભાષા બોલતા હતા તેથી તમને તે સમજાતું નહોતું. પણ હું તમને સમજાય તેવી સીધી અને સરળ ગુજરાતીમાં કહું છું કે આપણે હવે જ્યારે મળીએ ત્યારે મારી સાથે સોશિયલ સિક્યોરીટી અને મેડિકેર માટે અરજી કરીશું.'

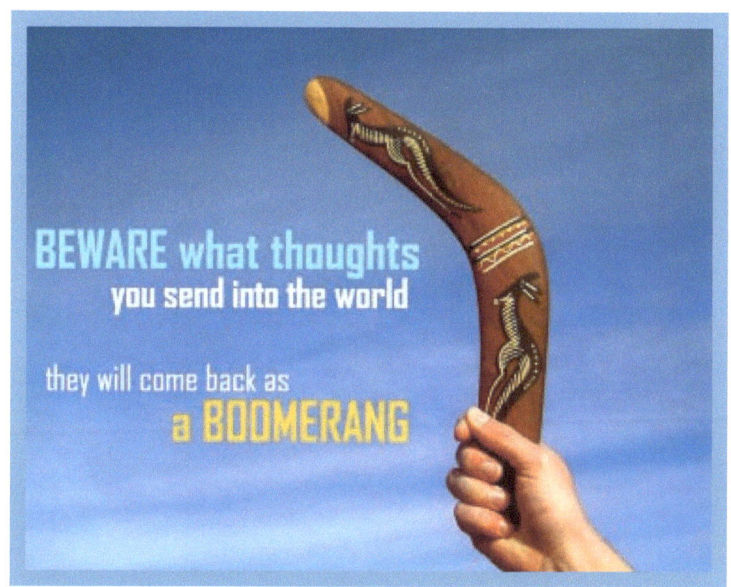

18 શતાયુ થવાની ચાનક

રતન જ્યારે મળવા આવ્યો ત્યારે ગિરધારીલાલ તેમની ચાલવાની કવાયત કરતા હતા. તેથી મુક્તા બાંકડે બેઠાં અને રતનને ગિરધારીલાલે કહ્યું, 'ચાલો મારી સાથે. આપણે વાતો ચાલતાં ચાલતાં કરીએ. પહેલી નજરે ઠરેલ લાગતો રતન ચાલતો ચાલતો વાતે વળગ્યો.

'તમને હું દાદા કહું ?'

'ક્રીસ કહીશ તો પણ મને તો ગમશે જ...આપણી વચ્ચે ઉંમરનો તફાવત ૧૧ વર્ષ છે તે કંઈ બહુ મોટો નથી.'

'ભલે...હું ૬૦ માઈલ ગાડી ચલાવીને આવ્યો તેની પાછળ તમારી સમજાવવાની પદ્ધતિ છે. હવે મને સમજાવો...સોશિયલ સિક્યોરીટી સાથે બેનિફિટ શબ્દ છે

તેની સામે મને વાંધો છે. બૅનિફિટ એ શબ્દ એમ સૂચવે છે કે અહીં કશુંક મફત છે જેની કિંમત અપાતી નથી.'

'અરે, કિંમત તો તમે બહુ આપો છો પણ તે સમજવા આપણે આજે સોશિયલ સિક્યોરીટીની ઑફિસમાં ફોન કરીશું.'

'ભલે, ક્રીસ ! પણ મને જરા એક વાત સમજાવો. આ કસરત આપ રોજ ૧૦૦૦૦ પગલાંની કેમ કરો છો ?'

'હમણાં મુક્તા સાથે પણ આ જ વિષય હતો. તેને ચાલવાનું ગમતું નથી તેમ તો નહીં કહું પણ તેને બંધન નથી ગમતું. એ તબિયત સાચવવા ભૂખી રહે પણ તેને ઉપવાસ કહેવા તે બાધા, નિયમ કે પચ્છખાણ નહીં લે.'

'એમ કેમ ? એમાં પુણ્ય ના મળે.'

'હા તમારી વાત સાચી કે પુણ્ય ના મળે પણ તે તબિયત સાચવવા ઉપવાસ કરે છે. અને હમણાં ક્યાંક વાંચ્યું હતું કે ખાવાથી જેટલાં મૃત્યુ થાય છે તેટલાં મૃત્યુ નહીં ખાવાથી થતાં નથી. અને આપણા ધર્મમાં ઉપવાસ એટલે ફરાળ અને ફળફળાદિ ખવાય. મીઠાઈ ખવાય.. તે ઉપવાસ થોડા છે ? એ તો ચીલાચાલુ ખાવાને બદલે નવું સ્વાદીષ્ટ ભોજન જ છે.'

'અમારા જૈનોમાં તો નકોરડા ઉપવાસ હોય છે અને ચોવિહાર ઉપવાસમાં તો પાણી પણ બંધ.'

'મુક્તાને તો બૌદ્ધ પ્રિન્સિપલ ગમે - તારી વીણાના તાર એટલા ના કસ કે સંગીત નીકળે જ નહીં અને એટલી પણ છૂટ ના આપ કે કંપન પણ ના થાય.'

'એટલે ?'

'એટલે, શરીર પ્રત્યે પણ આપણું કર્તવ્ય છે. તેને જેટલું જોઈએ તેટલું જ ખાવાનું આપો. વધુ ખાવાનું આપો એટલે કુપોષણ થાય અને ના આપો એટલે અપોષણ થાય.'

'આપની વાત તો સાચી છે.'

'જુઓ. મેં તો આ ગેરેટ રુથને વાંચી છે ત્યારથી નિર્ણય કર્યો છે કે મારે શતાયુ થવાનું છે અને મીરા પણ યોગનાં લેસન શીખવતી શીખવતી એમ જ કહે છે કે આપણા શરીરનાં અવયવો એટલાં ઉચ્ચ કોટિનાં પ્રભુએ આપ્યાં છે કે જો તેને યોગ્ય રીતે સાચવો તો માણસ ૨૫૦ વર્ષ સુધી જીવી શકે.'

'અરે, એટલાં વર્ષો જીવીને કામ શું છે ? ડૉક્ટરોનાં ઘર જ ભરવાનાં ને ?'

'નારે ના. એ શું બોલ્યા રતનભાઈ ?'

'તમારે તો બાળબચ્ચાં છે એટલે વંશ આગળ ચાલવાનો...મારા જીવનમાં તો એ વાત જ નથી ને ?'

'રતનભાઈ, તમને પ્રભુએ બાળબચ્ચાં ના આપ્યાં તે દુઃખનું કારણ સમજતા હો તો તે ખોટું છે. હું તો તેને સુખનું કારણ સમજુ છું.'

'કેવી રીતે ?'

'સીધી વાત છે. અડધો ગ્લાસ દૂધનો ભરેલો હોય તો તે અડધો ખાલી પણ કહેવાય ?'

'હા હું એમ જ કહું છું ને ?'

આપવું એટલે પામવું 91

'તમે અડધો ગ્લાસ ખાલી જ્યાં કહો છો ત્યાં મને અડધો ગ્લાસ ભરેલો દેખાય છે.'

'હા, પરિસ્થિત એક જ છે પણ દ્રષ્ટિબિંદુ જુદાં છે.'

'અને તેથી જ કદાચ હું સૌથી સુખી માણસ છું.'

રતનલાલ ક્રીસને તાકી રહે છે અને ક્રીસ આગળ વધતાં કહે છે, 'જુઓ, મારે કમાવા જવાનું નથી..અમને બેને જીવવા જરૂરિયાત જેટલું બધું જ છે. વળી મીરા અને મૌલિક જેવાં સંતાનો છે જે કાયમ ખડે પગે છે. હવે મારે પેલા રમણીક અગ્રવાલની જેમ સોફા ઉપર બેઠાબેઠા ઓપેરા શો જોવા હોય તો કોઈ મને રોકી શકે છે ?'

'ના.'

'તો પછી હું આ ધમાલ અને બબાલ શા માટે કરું છું ?'

'તમારો આ સવાલ એ મારા જેવા ઘણા લોકોનો સવાલ છે.'

'જુઓ. કદાચ તમે રમણીકને ઓળખતા નથી પણ એને હમણાં ડાયાબિટીસ થયો. તેની તેને અને તેના દીકરાને બહુ જ ચિંતા થાય. મેં તો એના દીકરાને મોં ઉપર કહી દીધું કે આ રોગ થવાનું કારણ તું છે. ત્યારે તે ખચકાયો અને કહે કે હું ?! હું કેવી રીતે ?

મેં કહ્યું કે તે પરેલ રહેતા હતા ત્યારે જે જીવન જીવતા હતા તે જીવન અને અહીંના જીવનમાં ફેર છે ? તો કહે, હા. હવે તેમને આરામ છે. નિવૃત્ત થઈ ગયા ને ?

એટલે ખાટલેથી પાટલે અને પાટલેથી ખાટલે, ખરું

ને ? મેં તેને સમજાવ્યું....આ રોગ એટલે જ થયો છે. પરેલમાં તેમના જીવનમાં કસરત હતી અને હવે નથી...ખાવામાં વિવેક હતો અને હવે નથી.

'પણ.. નિવૃત્તિમાં તો એવું જ હોય ને.' રતનલાલે એના દીકરાએ જે જવાબ આપ્યો હતો તેવો જ પ્રત્યુત્તર આપ્યો.

ક્ષણભર રતનલાલની સામે જોતાં ગિરધારીલાલ બોલ્યા, 'તમને થાક નથી લાગ્યો ને ? ચાલો હીંચકા ઉપર બેસીએ. મુક્તા ચા લઈને આવી હશે. અને આમેય હવે મારાં દસ હજાર પગલાં પૂરાં થાય છે.'

'ભલે..' પણ રતનલાલને આમ અધવચ્ચે વાત કપાતી ના ગમી.

હીંચકા પર બેસીને પહેલો પ્રશ્ન રતનલાલે કર્યો, 'મને હજી સમજાતું નથી કે રમણીકને રોગ દીકરાને કારણે કેવી રીતે થયો ?'

ક્રીશે હીંચકા ઉપર બેસીને ઠેસ મારતાં કહ્યું, 'ચાલ આપણે જરા કાલ્પનિક પરિસ્થિતિ જોઈએ.. રમણીકે અત્યારે ગોળીઓ છે પણ થોડાક સમય બાદ ઈંજેક્શન આવશે... જો ઈંજેક્શનથી કાબુમાં નહીં આવે તો હાર્ટ ઍટેક કે લકવો કે આંખે અંધાપો આવશે. બરોબર ?'

'હા આવી શકે છે.'

'તે સમયે સૌથી વધારે તકલીફ કોને ?'

'સૌથી વધારે તકલીફ બન્ને બાપબેટાને.. એકે પીડાવાનું અને બીજાએ એમની પીડા જોઈ હેરાન થવાનું.'

'હા. આ તબક્કામાં મીરાએ અને અમે લોકોએ એક નવું સત્ય આદર્યું.'

'શું ?'

'સારી તંદૂરસ્તી સાથે શતાયુ થવાનું..'

રતનભાઈ આશ્ચર્યથી ગિરધારીલાલ સામે જોઈ રહે છે. ગિરધારીલાલ મોટા અવાજે મુક્તાબા સાંભળે તેમ બોલે છે, 'નિવૃત્તિ એટલે અર્થ ઉપાર્જનમાં નિવૃત્તિ અને જીવન એવું જીવવાનું કે પોતાને અને સૌને ઉપયોગી થવાનું. પોતાનાઓ ઉપર કોઈ પણ રીતે બોજ નહીં બનવાનું....એટલે કે સક્રિય રહેવાનું અને ધમાલ કે બબાલ કરતાં રહેવાનું.'

> Your time is limited so don`t waste it living someone else`s life
>
> Steve Jobs
> Apple

19 રતનલાલ મહેતા સમજ્યા

પૂરા અરધા કલાક હોલ્ડ પછી સોશિયલ સિક્યોરીટીની ઑફિસમાં ફોન લાગ્યો.

રતનલાલે પ્રાથમિક માહિતી આપીને પહેલો જ પ્રશ્ન કર્યો, ‘સોશિયલ સિક્યોરીટી એ બૅનિફિટ છે કે હક ?’

ઓપરેટર કહે, ‘વ્હોટ ?’

રતનલાલે પ્રશ્ન ફરીથી દોહરાવ્યો ત્યારે તે બોલી, ‘તમે દસ વર્ષ સુધી સોશિયલ સિક્યોરીટી ભરો ત્યાર પછી તે હક્ક બને છે.’

રતનલાલ કહે, ‘મેં તો ૨૬ વર્ષ સુધી ભરી છે.’

‘હા. આપ તેના હકદાર છો. આપ ફોર્મ ભરી દો એટલે આપને દર મહિને ૧૨૮૦ ડૉલર મળવાના ચાલુ થશે.’

'અને કદાચ હું બે વર્ષમાં મરી ગયો તો બાકીની રકમો મારા વારસદારને મળે ?'

'માફ કરજો તે રકમો કોઈને મળવા પાત્ર નથી.'

'અને મને મેડિકેર મળે ?'

'હા. આપ ફોર્મ ભરી જાવ અને તે બૅનિફિટ આપને મળશે.'

'પણ મેં તો મેડિકેરના પૈસા ભરેલા છે તેથી તે બૅનિફિટ કેવી રીતે કહેવાય ?'

'મેડિકેર એ વીમો છે અને આપે ભરેલા પૈસા તે યોગ્યતા માટેનું પ્રિમિયમ છે. અને આપ માંદા પડો ત્યારે હૉસ્પિટલના અને ડૉક્ટરના પૈસા (કો-પેમેંટ સિવાયના) મેડિકેર આપે.'

રતનલાલ જેમ પ્રશ્નો પૂછતા જાય તેમ વધુ અને વધુ ગૂંચવાતા જતા હતા. અને ગૂંચવણનું કારણ તેમની વિચારસરણી ભારતીય હતી તે હતું.

એક તબક્કે જ્યારે ગિરધારીલાલે તેમને પૂછ્યું કે તમે અમેરિકામાં છો. અમેરિકન રીતે રહો કે પ્રશ્ન પૂછો કારણ કે જવાબ આપનાર તમારી વાત સમજી શકતા નથી. હવે એક વાત ફરી સમજો કે તમારી ગેરસમજ છે કે બૅનિફિટ એટલે દયા-દાન. ના, તમારી સમજણ માટે કહું તો આ તમારો હક્ક છે જે પ્રસ્થાપિત કરવા તમે સરકાર માઈબાપને લોન આપી છે જે પૈસા હવે તમને પાછા મળે છે. હવે પ્રશ્નો અને ગૂંચવણો ને મૂકો બાજુ પર અને મારી સાથે ચાલો ફોર્મ ભરી આવીએ.'

મેડિકેર મળતું થયું અને પહેલું કામ રતનલાલે કાન બતાવવાનું કર્યું. કાન ચાલતા તો હતા પણ બધું સ્પષ્ટ સમજાતું નહોતું. તેથી રેડિયો અપાવ્યો..અને પછી ત્રિવેદી સાહેબે કહ્યું હતું તેમ આછા ભૂરા રંગની નીસાન લીધી અને “દીદી” રેસ્ટૉરંટના આઉટ હાઉસમાં રહેવા આવી ગયા. ભાડું કશું આપવાનું નહોતું કારણ કે દીદી રેસ્ટૉરંટવાળાં તેમનાં ફોઈની દીકરી હતાં.

ક્રીસ બક્ષીને ક્યારેક બહાર જવાનું હોય તો રતનભાઈ તેમને લઈ જતા. બાકીના સમયમાં તેઓ મોટેલના પ્રવાસીઓને સાન ફ્રાન્સિસ્કો બતાવતા અને જરૂર પડે રેસ્ટોરંટની ખરીદી કરતા.

ક્રીસ બક્ષીને પણ કાને સાંભળવાની તકલીફ તો હતી જ તેથી તેમની ભાઈબંધી તરત બંધાઈ અને જ્યારે જ્યારે ગામની બહાર જવાનું હોય ત્યારે રતનલાલ અચૂક આવે.. આ વખતે એલ એ જવાનું હતું. ચાર કલાક ડ્રાઈવિંગ અને એકનો રેડિયો ૫૦% ચાલે અને બીજાનો ૪૦ % પણ વાતો કરતાં કરતાં તેઓ પહોંચી ગયા.

20 તમે ઘરડાઘરમાં છો તે વાંક છે કે વરદાન?

અહીંનાં સિનિયર સિટીઝનોની મિટિંગમા ક્રીસને આમંત્રણ હતું અને ચર્ચા હતી...'તમે ઘરડાઘરમાં છો તે વાંક છે કે વરદાન ?'

આમ તો વિષય અડધો ગ્લાસ ભરેલો છે કે ખાલી ? જેવો જ હતો.

૫૦ જેટલા સિનિયર સિટીઝનોને બપોરે ૧૨થી ૨ સંગઠિત રાખવા અને ખવડાવવા માટે મહિનામાં બે વખત ભેગા કરાતા...અને તેનો ખર્ચો એસ્ક્વાયર સિનિયર સિટીઝન હાઉસવાળા આ વખતે આપવાના હતા.

બેએક વક્તાઓ આવીને તેમની અનપેક્ષિત પરિસ્થિતિ માટે વિલાપ કરી ગયા.. એકને તેનું જીવનભરનું સંતાનો

ઉપર કરેલું રોકાણ નિષ્ફળ ગયું લાગ્યું તો બીજાને પત્નીના મરી ગયા બાદ અમેરિકન મેક્સિકન વહુ સારી રીતે રાખતી નહોતી.

ક્રીસને સાંભળવાની ઉત્સુકતા એસ્ક્વાયર સિટીઝનના સંચાલકોને વધુ હતી કારણ કે અગાઉ તેમના લેક્ચરની અસર બહુ સરસ હતી. તેમનું ઘરડાઘર ઘણા નવા મુલાકાતીઓથી ઊભરાતું હતું.

ક્રીસ તેમનો કાન ઉપરનો રેડિયો ચાલુ કરીને માઇક ઉપર બોલ્યા, 'ભાઈઓ, હું તો માનું છું, ઘરડાઘરમાં રહેવું એ આશીર્વાદ જ છે…થોડોક બણબણાટ થયો..રામજીભાઈ બોલ્યા પણ ખરા કે તમે તો મઝેથી ઘરમાં રહો છો અને અમને કહો છો, ઘરડાઘરમાં રહેવું સારું છે !

વાતનું અનુસંધાન રામજીભાઈની સામે જોઈને ક્રીસે કર્યું અને પૂછ્યું, કે તમને એવું કેમ લાગે છે કે ઘરડાઘરમાં રહેવા જવું એ વનવાસ છે ? વિધાતાએ જ્યારે રામને વનવાસ માટે મોકલ્યા ત્યારે કૈકયી અને મંથરા ઉપર પસ્તાળ પડી પણ રામ તો જાણતા હતા કે એ નિયતિ છે…રાક્ષસોના ત્રાસને દૂર કરવા તે સમયનું કર્તવ્ય હતું.

જરા યાદ કરો રામજીભાઈ, તમે તમારાં સંતાનોને બેબી સીટિંગમાં મોકલતાં હતાં ને ? કેમ ? તમારી પાસે સમય નહોતો ને ? ત્યારે જે લૉજિક હતું કે સરખી ઉંમરનાં સાથે રહે તો કંઈક નવું શીખે અને એમનો સમય જાય. ભાવના તો સારી હતી મા બાપ તરીકે…તો આજે કેમ એ જ વાતને નથી

સ્વીકારાતી ? સરખી ઉંમરનાં માણસો સાથે રહો તો તમારો સમય જાય.

હવે તમારી વાત...અમને અમારાં સંતાનો કેમ સાથે રાખે છે ખબર છે ? અમે સંતાનોને સમર્પિત છીએ. જેમ તેઓ નાનાં હતાં અને આપણને સમર્પિત હતાં તેમ જ. આપણે તેમને તાવ આવે તો જેમ દવા આપતા અને તે દવા તેમને ભાવે છે કે નહીં તેની ચિંતા કર્યા વિના પી જતાં હતાં ને તેમ જ.

પેલા જટાશંકરને આખી દુનિયાના રોગો છે અને વળી ઊર્મિલાભાભીના મૃત્યુ પછી એકલતાનો નવો રોગ લાગ્યો. એકવીસમી સદીમાં સમય જ કોને છે જટાશંકરને પપલાવવાનો? ઘરડાઘરમાં આવ્યા પછી તેને તેના રૂમપાર્ટનરની વાતોથી ધર્મ રુઝ્યો...હવે જેટલાં વર્ષો બાકી છે તેમાં બે જ કામ કરે છે; શરીરની સાચવણી અને ધર્મ..કોઈ ઓપેરા શો નહીં કે નહીં પુત્ર અને પૌત્રની ચિંતા. બોલો, આ વરદાન થયું કે નહીં ?

ઘરડાઘરમાં જવું કે નહીં તે ચર્ચાનો વિષય જ નથી..જેમ દીકરાઓ તમારું કહ્યું માનતા હતા તેમ જ હવે તમારે દીકરાનું દ્રષ્ટિબિંદુ સમજી સ્વીકારવું જ રહ્યું કે તેણે વિચાર્યું હશે તેમાં મારું ભલું જ છે.ઘરડાઘરમાં તબીબી સુવિધા ત્વરિત હોય.. ખાવાપીવાનું વૈવિધ્ય હોય અને સૌથી મોટી વાત એ છે કે તમારો સમય તમારો હોય છે. તમને જે ગમતું હોય તે જ કરવાનું હોય છે.

બીજી એક વાત. ત્યાં ગયા પછી તમારા ભૂતકાળનો રાજાપાઠ જતો રહે છે. આત્મા તેથી હલકો થાય છે. અપેક્ષા છૂટે છે અને તેથી હંમેશાં ઊર્ધ્વગમન થાય છે.

રામજીભાઈ પહેલી વખત બોલ્યા, 'બક્ષી સાહેબ ! મેં તો આવી રીતે કદી વિચાર્યું જ નહોતું. હું તો માનતો હતો કે મારાં સંતાનો મારી મૂડી છે. હું કહું તેમ જ તેઓ કરે અને અમે બહુ દિવાળીઓ જોઈ છે એટલે અમારા નિર્ણયો હંમેશાં તેમના હિતમાં અને સાચા જ હોય.'

ક્રીસ કહે, 'જરા હૃદય ઉપર હાથ મૂકીને કહો, 'ગુગલ' દેવતા આવ્યા પછી તમારી સલાહ અને આજના પ્રમાણેની સલાહનો તફાવત જોઈ શકાય ? તમારું માન રાખે તમારાં સંતાનો તે તમારાં સદ્ભાગ્ય.. બાકી તમારી બધી સલાહો ૧૯૮૦ પ્રમાણે હોય તેને એકવીસમી સદીમાં આઉટ ડેટેડ જ કહેવાય...તેથી હું તો કહું છું કે જો માગે તો જ સલાહ આપો...પણ વણજોઈતી સલાહો આપી સલાહકેંદ્ર ન બનો. ખાસ તો 'આમ નહીં કરો તો આમ થશે' જેવામાં કોઈ પણ છુંપાયેલો ભય હોય તેવી સલાહોથી તો સો ગાઉ દૂર રહો. અને બીજી સોનેરી ચાવી; સલાહ આપ્યા પછી તેનું તેણે પાલન કર્યું કે નહીં તે જાણવાની તો જરાય ઇંતેજારી ના રાખો. એને યોગ્ય લાગશે તો બીજી વખતે પૂછશે. ના પૂછે તો સમજી જવું કે તેને તમારી સલાહની જરૂર નથી.'

વાતોનો અંત કરતાં ક્રીસે શ્રોતાગણને બે વાત સમજાવી. પહેલી વાત એ કે સંતાનો પાસેથી માન પામવું હોય તો

તેમની વાતોને મિત્રની જેમ સાંભળો અને તેમને માન આપો. જરૂર લાગે તો પણ ‘આમારા સમયમાં તો...’ને વાક્યની આગળ લગાડી શરૂ કરો..ટૂંકમાં તેઓ પણ સાચા હોઈ શકે અને અમે પણ સાચા હોઈ શકીએ જેવી અનેકાંતવાદની વાત કરો. બીજી વાત, તેઓની પણ ઉંમર થઈ છે તેથી તેઓ નાનાં બાળકો જેવી તમારી વાતો સાંભળી લેશે તેવું હરગિજ ન માનો. ૫૦%ની શક્યતા હંમેશાં રાખો. જેમ અડધો ગ્લાસ દૂધનો ભરેલો પણ છે અને ખાલી પણ છે.

અમે દીકરાઓ સાથે રહી શકીએ છીએ તેની પાછળનું કારણ આ અનુકૂલન છે.

હર હંમેશની જેમ ઘણા ક્રીસની વાતથી સહમત નહોતા પણ વિચાર કરતા તો થઈ જ ગયા હતા. જેમ રામજીભાઈ બોલ્યા હતા તેમ...ખાસ તો બેબી સીટિંગ વખતે જેમ બાળકી મરજી જાણી નહોતી તેમ જ જ્યારે તમને ઘરડાઘરમાં મૂકતાં સંતાનો તમારી ઈચ્છા જાણવાનાં નથી, તો પછી સાવ સહજ અને સરળ થઈને કેમ ન રહેવું ?

પાછા જતાં રતનલાલ બોલ્યા, ‘સરસ તર્ક આપ્યા. રામજીભાઈની જેમ ઘણા વિખવાદોને શમાવવાના ઉપાયો આપ્યા.’

21 માધવી અને પાર્વતી બા

ડલાસથી માધવીનો ફોન હતો અને કહેતી હતી, 'દાદા, મારાં સાસુને બહુ ડાયાબિટીસ વધી ગયો છે અને હૉસ્પિટલમાં ખર્ચા ખૂબ વધી ગયા છે. તેઓને ગ્રીન કાર્ડ છે છતાં કોઈ પણ લાભ મળતા નથી.'

માધવી એટલે આમ તો ક્રીસની વિદ્યાર્થીની. અને ગણિત સારું આવડે તેથી કોમ્પ્યુટરમાં નિષ્ણાત થયેલી. કાયદા પણ બધા જાણે. પણ તેનાં સાસુના કેસમાં સ્ટેટ વહીવટકારોમાં સફળ થતી નહોતી.

ક્રીસે ફોન ઉપર પ્રત્યુત્તર વાળતાં કહ્યું, 'મને તારી બધી વાતો મોકલી આપ અને આપણે ટેક્ષાસના વહીવટકારોને દબાણ કરીએ.'

માધવી કહે, 'દાદા, મને લાગે છે તેમ તેઓ ભંડોળ નથી એમ કહીને ખાલી ધક્કા ખવડાવે છે...છતાં હું તેઓની સાથે કરેલું બધું કામ મોકલું છું.'

ઈ-મેઈલમાં માધવીનું બધું કામ આવી ગયું.

તેના ઈ-મેઈલ જોતાં બે વસ્તુ સ્પષ્ટ હતી...માધવીએ કરેલા પ્રયાસો બધા જ સાચા હતા. ૭૭ વર્ષનાં પાર્વતીબાને સારવાર મળતી નહોતી પણ વેવર મળ્યા કરતું હતું જેનાથી તેમનો રાજ રોગ કાબુમાં ના આવે.

આ વ્યવસ્થાપકોના ઉધામા હતા. તેથી માધવીને ફેડરલમાં અરજી કરાવી અને આશ્વાસન આપ્યું કે ડલાસ આવીશ ત્યારે રૂબરૂ મળવા જઈશું. ધાર્યા કરતાં વહેલો જવાબ ફેડરલમાંથી આવ્યો કે આ સ્ટેટનો ઈસ્યુ છે.

અમેરિકામાં આ કોનો ઈસ્યુ છે તે શોધી કાઢવામાં વહીવટી તંત્ર બહુ જ કાબેલ...તેથી સ્ટેટ સાથે કરેલ દરેક ઈ-મેઈલની માહિતી મોકલીને રૂબરૂ મળવાની વિનંતી કરી.

એપોઈન્ટમેન્ટ મળી ત્યારે માધવી, પાર્વતીબા અને ક્રીસ ફેડરલની ઑફિસે પહોંચ્યાં. મિસ રૉક્ફેલર નામની ઑફિસર કંઈ સાંભળવાના મતની નહોતી તેથી માધવીએ કહ્યું કે 'દાદા આ માથાકૂટ કરીને હું તો થાકી પણ આ બહેરું તંત્ર સાંભળે તો ને ?'

ક્રીસ બક્ષીએ માથું હલાવ્યું અને કહ્યું, 'નેપોલિયન હીલે કહ્યુ છે કે "જો તમે મનથી માનતા હો કે આ કામ તમે કરી શકશો તો તમે કરી જ શકશો." બસ જરૂર હોય છે

ધીરજની. જો હવે હું આ બાઈની સાથે કેવી રીતે વાત કરું છું.' તેમણે જ્યારે ચેમ્બરમાં ગયા ત્યારે કહ્યું -

'મિસ રૉકફેલર, હું સોશિયલ વર્કર કમ વકીલ છું. આમ તો નિવૃત્ત છું પણ માધવીનાં પેપર જોયા પછી હું માનું છું કે પાર્વતીબહેનનો રોગ સતત સારવાર માગે છે અને આપ ટૂંકી મુદતની સારવાર અપાવો છો જેથી ધાર્યું પરિણામ આવતું નથી.'

'એટલે મિ. બક્ષી, તમે એમ કહેવા માગો છો કે અમે કંઈક ખોટું કરીએ છીએ ?'

'ના. પણ તમે સિંપેથેટિક નથી...તેમના આવી તબિયતના કેસમાં કેલિફોર્નિયામાં તો વિશિષ્ટ કેસ તરીકે તેમને આટલાં બધાં કાગળિયાંના જંગલમાંથી પસાર ન થવું પડે.'

'જુઓ મિસ્ટર, આ કેલિફોર્નિયા નથી...આ ટેક્ષાસ છે.'

'હા, મને તે ખબર છે તેથી જ કહું છું કે તમે સિંપેથેટિક નથી...આ લોકોને જે સારવાર મળવી જોઈએ તે અપાતી નથી. કારણ કે તમે સમજો છો કે તેઓને કાયદાનું જ્ઞાન નથી ખરુંને ? આવું જ કોઈક તમારા સગા કે સ્નેહીને થાય તો તમે તેમને શું સારવારના અભાવે મરવા દો ?'

મિસ રૉકફેલર ક્ષણ માટે તો ક્રીસને જોઈ રહી અને પછી બોલી, 'એટલે તમે એમ કહેવા માંગો છો કે હું વેરો આંતરો કરું છું ? ડિસ્ક્રિમિનેશન કરું છું ?'

'ના. ફેડરલ અને સ્ટેટ વચ્ચેના મતભેદોમાં પાર્વતીબહેનને સારવાર નથી મળતી તે મુદ્દાને આપ ભૂલો છો. તમે ઇચ્છો તો.....મધ્યસ્થ માર્ગ આપ કાઢો તેવી મારી નમ્ર વિનંતી છે.'

'પણ મિ. ક્રીસ, રાજ્ય સરકાર પાસે પૈસા નથી. હું કેવી રીતે એમનો કેસ ક્લીઅર કરું ? મિસ માધવી એ જાણે છે.'

'હા, એ વાત મને પણ ખબર છે..પણ સારવારના અભાવે આ બાઈ મરી જશે તો હું તમને સિંપેથેટિક ન હોવા અને માઈનોરિટી કૉમ્યુનિટી સાથે વેરો આંતરો કર્યો વાળો દાવો જરૂર કરીશ.' અવાજમાં ઠંડક અને ખૂબ જ સ્થિરતાથી ઉચ્ચારાયેલા શબ્દો ધમકી નહીં પણ ધાર્યું પરિણામ મેળવવા કરાયેલો ગણતરીપૂર્વકનો પ્રહાર હતો.

મિસ રૉકફેલર એમ ગાંજી જાય તેમ નહોતી..તેણે નોકરીમાં આવા ઘણા દાખલા જોયા હતા. તે બોલી, 'હું મારી હદમાં રહીને કાયદાકીય રીતે જે થતું હશે તે કરીશ. અને પાર્વતીબહેન સાથે મને કંઈ અંગત વેર નથી.'

ક્રીસ કહે, 'હા મને ખબર છે કે આપ સિંપેથેટિક થશો તો કરી શકશો...તેથી તેમને તમારાં અંગત સમજીને ઘટિત કરજો. એટલું કહીને તેઓની ચેમ્બરમાંથી બહાર નીકળવા જતા હતા ત્યારે મિસ રૉક્ફેલર બોલી, 'મિસિસ માધવી પટેલ, તેમનો બ્લડ-સુગરનો છેલ્લો રિપોર્ટ ક્યારે કઢાવ્યો ?'

'હમણા જ, આ સોમવારે. અને તેમની સુગર ઘણી

વધારે છે તેથી જ તો આ બક્ષી અંકલની સહાય માંગી હતી.'

'મને તે જોવા દેશો ?'

'હા જરૂરથી...'

રિપોર્ટ જોયા પછી મિસ રૉકફેલર બોલી, 'હા મિસ્ટર બક્ષી, તમે સાચા છો. ક્યારેક પાપડી ભેગી ઈયળ બફાઈ જતી હોય છે. તમે કહ્યું તેમ હું હવે મારે જે કરવાનું છે તે કામ કરું છું અને આટલી સ્વસ્થતાથી તમે મને સાંભળી તે બદલ આભાર. હું મારે જે રીતે વર્તવાનું છે તે રીતે તેમને મેડિકેરનો લાભ અપાવી દઈશ.'

માધવી તો દંગ જ રહી ગઈ. બક્ષી દાદાની વાતોથી અને રૉકફેલરની ફેરવી તોળાયેલ વાતોથી. આ બધું તેણે કર્યું જ હતું...પણ સફળ નહોતી થઈ.

ગાડીમાં પાછાં ઘરે જતાં માધવી બોલી, 'દાદા, કહે છે ને કે ઘરડાં ગાડાં વાળે...બસ તેમ જ આજે અમારા ઘરનું આર્થિક ગાડું તમે પાછું વાળ્યું છે. બાને કંઈ દવા વિના રહેવા ના દેવાય અને દવાઓ, લૅબોરેટરીનાં નિદાનો અને વિના મેડિકેરે ડૉક્ટરોનાં બીલો પણ મારું અર્થતંત્ર ખોરવી નાખતાં હતાં.'

'જો માધવી, મારી અને તારી ઉંમર આ કેસમાં કારણભૂત હતી. તને તેણે જોઈ અને તેને કંટાળો આવતો મેં જોયો. તેથી મેં જાણી જોઈને કહ્યું કે હું સોશિયલ વર્કર અને વકીલ છું. અને પછી ડિસ્ક્રિમિનેશનની વાત કરી કે જે તેં અત્યાર સુધી તેમને કરી નહોતી.'

'મને ડર હતો કે સત્તાસ્થાને બેઠેલા ઉપર સીધો જ આક્ષેપ કેવી રીતે કરાય ?'

'હા તે વાત સાચી છે અને એટલે જ કહું છું ને કે તારી અને મારી ઉંમર કામ કરી ગઈ છે. અને બીજું કે તું કાયદો જાણે છે પણ તારી પાસે ડીગ્રી નથી.'

થોડાક મૌન પછી ક્રીસે કહ્યું, 'કૉમ્યુનિટીના ફાયદા માટે તારું જ્ઞાન અને મારો અનુભવ એ બે ભેગાં કરીને કેમ એક પુસ્તક બનાવીએ તો ? આ ડલાસ જેવા દરેકે દરેક ઠેકાણે મારે ધક્કા ના ખાવા પડે અને આપણી કૉમ્યુનિટી કાયદાકીય રીતે વધુ જ્ઞાનસભર બને.'

'હા, તમારો વિચાર સારો છે પણ હું કશું રોકાણ નહીં કરી શકું. હજી અમને પૈસાનો તોટો તો પડે જ છે.'

'તું રોકાણ તારી બુદ્ધિશક્તિ અને સમયનું કર...પૈસા માટે હું મારા પેટ્રનને વાત કરીશ.'

ક્રીસે ફરી નેપોલિયન હિલ નો ઉલ્લેખ કરીને કહ્યું, 'મારા માટે આ સમાજને પાછું આપવાની વાત છે. મારું પુસ્તક સારું ચાલ્યું...પણ તારા લખાણમાં સાદાઈ અને સ્પષ્ટ કાયદો સમજાવવાની તાકાત છે. અને કદાચ ત્યાં સુધીમાં કાયદો ભણી લે તો મારી જેમ પ્રૅક્ટિસ પણ કરી શકે.' ક્રીસે આમ વાત કરીને માધવીની દબાયેલી લેખક બનવાની ઇચ્છાને ચિનગારી ચાંપી.

પાર્વતીબા બોલ્યાં, 'નોકરી અને બે છોકરામાંથી ઊંચી આવશે ત્યારે ભણશે ને ? હા, ચોપડી તે લખી શકશે જો

આપના આવા આશીર્વાદ હશે તો.' ક્રીસ બક્ષી જાણતા હતા કે નવો લેખક જન્મી ચુક્યો હતો...અને લૉ નું ભણતર તે મન નાં માળીયેથી ઉતરી સજ્જ થઈ ગયુ હતું.બરોબર ચાર મહીને'સોશિયલ સિક્યોરીટી અને મેડિકેર -બૅનિફિટ (દાન) કે હક્ક' ની મેન્યુસ્ક્રીપ્ટ તૈયાર હતી. અને તે દાદાનાં વાંચન માટે મોકલેલ ઇ મેલમાં દાદાથી તે ઉપકૃત થઈ હતીની વાત ફરીથી દોહરાવતી હતી.

22 રમણીક અગ્રવાલ

ક્રીસના કાર્યનાં પ્રમુખ કાર્યો સિનિયર સિટીઝનની દર બે અઠવાડિયે ભરાતી બેઠકો. મુક્તાબા સ્ત્રીવૃંદમાં સક્રિય અને ક્રીસને ભાગે દર બેઠકે એક વાર્તા કહેવાની આવે અને તે કાર્યમાં તેને મઝા પણ ખૂબ આવે..આખા ભારતમાંથી આવેલાં ૬૫ વર્ષની ઉપરનાં સૌ સહઉમ્મરોનાં સુખદુઃખને સરસ હળવી અને મજાક ભરી રીતે વાર્તાઓ કહેવાય અને વાર્તાને અંતે વાર્તાનો સાર પણ કહેવાય. મોટાભાગની વાર્તાઓને કિસ્સા જેવું રૂપાળું નામ આપતા. હિંદી, અંગ્રેજી અને ગુજરાતીમાં મિશ્રણ હોવાથી સૌ સાંભળતાં, માણતાં અને હસતાં. બાકીના સમયમાં લોકોનાં દુઃખદર્દ સાંભળતા અને દિલાસો, સલાહ કે સૂચનો આપતા.

આ વખતે પેલા રમણીક અગ્રવાલનો વારો હતો. આમેય દેશમાં કદી ટેક્ષ ભરતો નહોતો અને વળી એમ માનતો પણ હતો કે ટેક્ષ તે વળી ભરવાનો હોતો હશે ? બૅનિફિટ લેવા જતી વખતે તેણે તેની ભારત ખાતે કોઈ સંપત્તિ બતાવેલી નહીં અને તે જ રીતે અહીં પણ ધંધામાં રોકડનું કૌભાંડ બહુ કરેલું અને તેથી આવી આઇ. આર. એસ.ની ઇન્ક્વાયરી..

ઇન્કવાયરી દરમ્યાન ભાઈ પકડાયા. કારણ કે જૂઠા માણસને યાદ બહુ રાખવું પડે. ને ઉંમરને કારણે ભૂલી ગયા કે ભારત ખાતે તેમની સ્ટેટ બૅંક ઓફ ઇંડિયાની એફ. ડી. તેમણે બતાવી નહોતી અને તેનું વ્યાજ પણ છુંપાવ્યું હતું. આમ તો આ બધી આવકો ડૉલરની સરખામણીમાં બહુ મોટી નથી હોતી પણ માહિતી ના આપવી એ પણ ચોરી જ ગણતાં આઇ. આર. એસ.ના અધિકારીએ તેમના સોશિયલ સિક્યોરીટીના ચૅકોને રોકી દીધા.

ખોજતપાસ કરતાં આઇ. આર. એસ.ના અધિકારીઓ પાસે વ્યાજની રકમો મળી.

ક્રીસને જ્યારે રમણીકે વાત કરી ત્યારે તે બોલ્યો, 'તમે કહ્યું હતું ને કે અમેરિકામાં લાભો મેળવવા હોય તો બાવા બની જાવ. તો હું કાગળે બાવો બની ગયો.'

'અરે ભલા માણસ ! હું તો તમને સાચેસાચ બાવા બનવાનું કહેતો હતો...તમારી સંપત્તિ સંતાનોને દાન કરી દો, કે તમારા નામ ઉપર ના રાખો કે જેથી આ બધી તપાસો

તમને યોગ્યતામાં બાધા ના બને.'

'અરે ! એવું તો કંઈ થાય ? કાલે ઊઠીને છોકરાઓ આપણ ને કાઢી મૂકે તો ?'

'આ લાભો તમને તેને માટે તો મળે છે કે જેથી તમે હાથેપગે ના થઈ જાવ.'

'પણ હું તો જુદું જ સમજ્યો હતો.'

'જુઓ તમે જે સમજ્યા હતા તે ખોટું હતું. જેમ જાતે દવાઓ લેતા દર્દીને દવાની આડાઅસરો ના ખબર હોય તેમ આ જાતે કાયદાનું અર્થઘટન કરી તમે 'આ બૈલ મુઝે માર' જેવું કર્યું છે.'

'હવે ?'

'હવે અજ્ઞાનને કારણે આ જાહેર નહોતું કર્યું એમ કહી ગુનો કબુલી લો અને જે દંડ થાય તે ભોગવજો.'

'આ ભૂલને કારણે મને શું સજા થશે ?'

' જેલ, ડિપોર્ટિંગ કે દંડ.'

'હેં ?'

'હા. ડૉક્ટરો જેમ નાડી પકડીને કે રોગ પારખીને જે દવા આપે તેવું જ વકીલોની સલાહનું છે..દરેકે દરેક વ્યક્તિ દીઠ તે અલગ હોય છે.'

સભામાંથી પ્રશ્ન પુછાયો કે પછી શું થયું રમણીકનું?'

'દંડ...બધી જ સોશિયલ સિક્યોરિટી પાછી ભરવી પડી અને ઉપરથી ૫૦૦૦ ડૉલરનો દંડ. અને જો તેમ ન કરે તો ડિપોર્ટ.'

સૌનાં મોં પહોળાં થઈ ગયાં. છેલ્લે ક્રીસે કહ્યું કે બંને દેશ જુદા છે. અને તેના કાયદા પણ જુદા છે. જે ભારતમાં ચાલે તે અહીં પણ ચાલે તેવું વિચારવું પણ ભૂલ ભરેલુ છે. અહીં કાયદાને માન છે અને તેનું અમલીકરણ પણ સજ્જડ છે.

આ બધા કિસ્સા સાંભળતો રોજર રાવ ક્રીસને મળવા આવ્યો. નાનું છાપું ચલાવતો હતો. મૂળ કેરાળાનો આ ક્રિશ્ચિયન સિનિયર સિટીઝન આમ તો દાદાની વાતો અને વાતને અંતે આવતા ડહાપણથી અતિ પ્રસન્ન હતો..તેણે ક્રીસની અનુમતિ માંગી કે તેમની વાર્તાઓનું પુસ્તક બનાવી તે વેચવા માગે છે અને એમ કરી તેનું નાણાકીય સ્તર ઊંચે લાવવા માગે છે.

ક્રીસ જોઈ રહ્યા હતા કે તેમનો દીવો અત્રે બીજા લેખકને જન્માવી રહ્યો હતો. મુક્તાબાએ પૂછ્યું પણ ખરું કે પુસ્તકમાંથી તેમને રોયલ્ટી આપીશને? રોજરનું મોં પડી ગયુ તેથી હસતાં હસતાં ક્રીસ બોલ્યો, 'ના ભાઈ ના..તું તારે લખ. હું માનીશ કે સમાજને હું પાછું વાળી રહ્યો છું.''ક્રીસ કે કિસ્સે' હિંદી, ગુજરાતી અને અંગ્રેજીમાં બે જ મહિનામાં બહાર પડ્યું ત્યારે ક્રીસની ૮૫મી જન્મ જયંતી ઉજવાતી હતી. તે વખતે તેમનું એક વાક્ય બુમરેંગની જેમ સમાજમાં ઘૂમતું હતું -

'આપતાં રહેવાનું બીજું નામ જ છે પામતાં રહેવું - પૈસા, આવડત અને હૂંફ આપનારા માણસને તે બધું જ તેમની જરૂરિયાતના સમયે મળે જ છે પાછું.'

23 ક્રીસને હાર્ટ એટેક

ક્રીસને સવારથી બેચેની જણાતી હતી તેથી મુક્તાબાએ મીરાને ફોન કરી ડૉક્ટરને બોલાવવા કહ્યું. ફેમિલી ડૉક્ટર પટેલે આવીને બીપી ચેક કર્યું અને તરત જ તેમને આઇ. સી. યુ.માં દાખલ કરાવી દીધાં. કાર્ડિયોગ્રામ માઈલ્ડ હાર્ટ ઍટેક સૂચવતો હતો.

ક્રીસ તો માનવા જ તૈયાર નહોતો કે તેને હાર્ટ ઍટેક હોય, પણ બેચેની અને છાતીમાં ઊઠતું દર્દ તેનો પુરાવો હતો અને કાર્ડિયોગ્રામ એ વાત નો પુરાવો હતો જ કે સમયસર સારવાર થઈ ગઈ હતી તેથી ઘાતક અસરો ઘટી ગઈ હતી.

ગામમાં જેમ સમાચાર ફેલાતા ગયા તેમ માણસો વધતા ગયા. સૌને પોતાના આત્મીય દાદાજીના જીવનની ચિંતા હતી.

ફોન ઉપર બધાને જવાબ આપતા મુક્તાબા ઉદાસ હતાં. તેઓ જાણતાં હતાં કે ક્રીસ બક્ષી એમને ગમતું જીવન છેલ્લાં દસેક વર્ષથી જ જીવતા હતા... તેમને વાતો કરવી ગમતી અને તેના પર પ્રતિબંધ મુકાઇ ગયો હતો. રતન, મીરા, મૌલિક અને રાજેશ પટેલ ખડે પગે હતાં...કટોકટી તો હતી જ પણ ડૉક્ટર નિશ્ચિંત હતા.. માઇલ્ડ હાર્ટ ઍટેક છે એટલે સંભાળવાનું જ હતું. સાંજે ૪ વાગે તેમને ક્રિટિકલ ઓબ્ઝર્વેશનમાંથી બહાર કાઢ્યા હતા.

ભારતમાં હોત તો અત્યારે નાનકડો સ્વજનોનો મેળો હોત તેમની ચિંતા કરવા માટે પણ અહીં તો તે શક્ય નહોતું.

હા, પણ હવે તેઓ ચિંતિત હતા. કાલે ઊઠીને દેહ છોડવાની ઘડી આવે તો ? કસરતો ઘટી ગઈ. ખાવાપીવાની વાતો પર પ્રતિબંધો આવી ગયા.

તેમનું મન વિચારે ચઢતું ગયું. તેમનો અનુયાયી કોણ ? ત્રિવેદી સાહેબનો વારસો મેં તો સાચવ્યો પણ હવે મારો વારસો કોણ જાળવશે ?

મુક્તાબા તેમને ગહન વિચારોમાં પડેલા જોઈને બોલ્યાં, 'ક્રીસ, શું વિચારો છો ?'

ક્રીસ કહે, 'મુક્તા, તમે મને સારો એવો સાચવ્યો છે. પણ આ પહેલો ઍટેક છે એટલે કરવા જેવાં કેટલાંક કામો કરી લેવાં છે.'

મુક્તા જોઈ જ રહ્યાં.

'તમે તો જાણો છો, વહેંચવા જેવું તો બધું આપણે

આપવું એટલે પામવું

વહેંચી દીધું છે..પણ જે નથી વહેંચ્યો તે મારો આ જ્ઞાનવારસો. મેં તો ત્રિવેદી સાહેબની ડાયરી જાળવી અને વયસ્ક નાગરિકોનાં જીવનમાં શક્ય અને યોગ્ય લાગ્યું તે બધું વહેંચ્યું. હવે મારા પછી આ કાર્યનો વારસદાર કોણ ?'

'થોડા સાજા થઈ જાવ પછી આ ચિંતા કરીશું...અત્યારે તો બસ આરામ કરો.'

'હા. હવે તો આરામ જ છે ને ?'

'તમે સમજીને આરામ નહીં કરો તો ઊંઘનું ઇંજેક્શન ડૉક્ટરો આપશે. સમજો જરા.'

'ભલે, પણ એક કામ કરો. કંઈક વાંચવાનું કે લખવાનું આપો.'

'ડૉક્ટર કહેશે તો જ મળશે.' મુક્તાબાને દાદાગીરી સૂઝી. એટલામાં ડૉક્ટર રાઉંડ ઉપર આવ્યા.. મુક્તાબાએ પૂછ્યું, 'તેમને લખવાનું કે વાંચવાનું અપાય ને ? એમને બોલતા બંધ કરવા કોઈક બીજું બહાનું આપવું પડશે.'

'હા તે સારો રસ્તો છે. એમને મૃત્યુનો ભય લાગતો હોય તો તેમના ડરામણા વિચારો પેન દ્વારા લખાઈ જાય તે સારું છે.'

તેમના વિચારો હવે શબ્દ બની ટપકવા માંડ્યા...

મોત તું મને લઈ જા
હું તૈયાર છું,
પણ જનકલ્યાણ યોજનાઓનો મારો
વારસદાર શોધી લેવા દે.

જનહીતે રાજી રહેતું મારું
હૈયું નિચોવવા દે.

શોધું હું એવો જન જે સમજે
આપવું એટલે પામવું;

આપો જ્ઞાન અને પામો હાશ.
હાશ એ જ મોટી ધનરાશ !

પંદર દિવસ પછી ન્યૂ જર્સી જવાનું હતું. ત્યાંનાં સિનિયર સિટીઝન કૉમ્યુનિટીમાં આમંત્રણ હતું. મુક્તાબાનો જીવ તો કોચવાતો હતો પણ ડૉક્ટરના કહેવા મુજબ સક્રિય કાર્યકરને બેસાડી ના રખાય. તે જેટલો રૂટિન જીવનમાં આવે તેટલો જલ્દી એ સાજો થાય. બ્લડ થીનર અને બીજી જરૂરી દવા સાથે ન્યૂ આર્ક પહોંચ્યા. અપૂર્વ સંઘવી લેવા આવવાના હતા પણ કોઈ કારણસર તેઓ ઍરપોર્ટ પર ના આવી શક્યા. પણ તેમણે મોકલેલા કમલ જૈન 'ક્રીસ બક્ષી'નું પાટિયું લઈને ઊભા હતા.

ક્રીસ બક્ષી ત્યાં જઈને ઊભા રહ્યા અને પહેલું જ વાક્ય બોલ્યા, 'અપૂર્વભાઈ ના આવ્યા ?'

કમલભાઈ હસતાં હસતાં બોલ્યા, 'દાદા, હું કમલ જૈન.' પછી પગે લાગીને તેમના હાથમાંથી બેગ લઈને ચાલવા લાગ્યા...

ક્રીસ કહે, 'ભાઈ, આપણે જ્યાં જ રહ્યા છીએ ત્યાં તો અપૂર્વભાઈ આવશે ને ?'

'તે તો મને ખબર નથી પણ આપને હોટેલ ઉપર આ ફંક્શનના સ્વયંસેવકો મળશે ત્યારે તેમને પૂછી લઈશું. કહેતાં કહેતાં તેમણે તેમની સફેદ હોંડા ખોલી ક્રીસનો થેલો મૂક્યો.

ક્રીસની તપખીરથી સહેજ પોતાની જાતને દૂર રાખતાં તેણે પાછલું બારણું ખોલ્યું. ક્રીસ કહે, 'માફ કરજો ભાઈ, આ આદત કેટલીયે વાર છોડી છે...પણ ક્યારેક એકલો પડું ત્યારે સહેજ છીંકણી સૂંઘી લઉં તો મારું મગજ ચાર્જ થઈ જાય છે.'

કમલ જૈન કહે, 'કેટલાક લોકોનાં મન નબળાં હોય છે અને તેથી તે લત પાછી વળગતી હોય છે.'

ન્યૂ આર્ક ઍરપૉર્ટ પરથી ગાડી બહાર નીકળી. સંમેલનના સ્થળે પહોંચતાં ૪૫ મિનિટનો રસ્તો પસાર કરતાં કરતાં ક્રીસને નવ નેજા થયાં કારણ કે કમલ મહદ અંશે હા કે ના કહેતો અને જ્યારે પણ કંઈક બોલતો ત્યારે ટીકા જ કરતો.

થોડી વાર શાંત રહીને ક્રીસે વિચારવા માંડ્યું, આ માણસ કેમ આવું વર્તે છે ?

સફેદ હોંડા એક પછી એક સિગ્નલ લાઈટ કાપતી જતી હતી. એવામાં દૂરથી 'ગુજરાતીમાં સંમેલન' વિશે પાટિયાં દેખાયાં. સ્વતંત્રતાની દેવીના પૂતળાને ગુજરાતી સાડી પહેરાવેલું મોટું બેનર દેખાયું. તેની સામેની મેરીઓટ હોટેલમાં સફેદ હોંડા દાખલ થઈ. ત્યાં જ ફોનની ઘંટડી વાગી અને કમલ બોલ્યો, 'હા અપૂર્વભાઈ, દાદા મારી સાથે હોટેલ પહોંચી ગયા છે.'

કમલ પહેલી વખત જેવી વિનમ્રતા દાખવીને બોલ્યો, 'દાદા તમારું આઇ-ડી બતાવીને ચાવી લઈ આવો. આપને રૂમ નંબર ૨૦૮ ફાળવેલો છે. અપૂર્વભાઈ આપની સાથે જ આપના રૂમમાં છે. આપની રાહ જુએ છે. આપની બેગ હું ત્યાં પહોંચાડી દઉં છું.'

'ભાઈ, મારે અપૂર્વભાઈ સાથે વાત કરવી હતી..'

'દાદા, આપના રૂમમાં જ અપૂર્વભાઈ છે.'

કહેવાની ભાગ્યે જ જરૂર હતી કે રૂમમાં અપૂર્વભાઈ નહોતા પણ તેમની ચિઠ્ઠી હતી કે તેઓ વ્યસ્ત છે અને તેમનાથી તેમની સાથે રહેવાય તેમ નથી.

ક્રીસને અજુગતું તો ન લાગ્યું પણ હવે મુક્તાને તકલીફ થશે એમ વિચારતા હતા ત્યાં મુક્તાનો ફોન આવ્યો.

'પહોંચી ગયા ?'

'હા. રૂમ પણ મળી ગયો છે..૨૦૮.'

'અપૂર્વ આવ્યા ?'

'ના. પણ હું કંઈક કરીશ.'

સામે છેડો ઉચાટમાં હતો. 'હેં.. શું ? રાત્રે કંઈક તકલીફ થશે તો ?'

'જુઓ મુક્તા, હું સાન ફ્રાન્સિસ્કોથી ભલે ૧૫૦૦ માઈલ દૂર છું પણ અહીં ૯૧૧ છે.'

'ના, પણ કંઈક તકલીફ થાય અને તમે એકલા હો તો..? કોઈક સાથે હોવું જોઈએ.'

'હા, એ તો હું પણ સમજું છું. હમણાં ડીનર માટે નીચે જઈશ ત્યારે કોઈકે વિનંતી કરીશ. તું ચિંતા ના કર.'

'ચિંતા થાય તેવું તો છે જ ને. હજી હમણાં તો ઍટેક્માંથી ઊભા થયા છો.' મુક્તાની આંખમાં ઝળઝળિયાં ક્રીસ ૧૫૦૦ માઈલ દૂરથી પણ જોઈ શકતા હતા.

24 ન્યૂ જર્સી ની વરિષ્ઠ નાગરિકોની સભા-૧

ડીનર ટેબલ ઉપર બેઠેલામાં કોઈ પરિચિત ચહેરો દેખાતો નહોતો.. ક્ષણ માટે તો ડરનું એક લખલખું પસાર થઈ ગયું. ત્યાં ફ્લોરિડાનો કોઈક જાણીતો ચહેરો ક્રીસને પગે લાગી રહ્યો હતો. 'અરે વિહંગ ! તમે ?'

'દાદા, તમે અહીં અને આ સ્થળે મળશો તેવી અપેક્ષા નહોતી. તમારી તબિયત તો સારી છે ને ?'

'હા. ડૉક્ટરે જ કહ્યું કે તમારા જેવા સક્રિય કાર્યકરો તો જેટલા જલદી સારા થાય અને નોર્મલ જીવે તે જરૂરી છે. તેથી સિનિયરમાં મારું લેક્ચર છે. અને તેને માટે હું અત્રે આવ્યો છું.'

'હું પણ તમારી સાથે જ છું. મારે પણ નિવૃત્તિ વિષયે બોલવાનું છે.'

'અરે વાહ ! તમે તો ફાઈનાન્સિયલ પ્લાનર, તેથી તે માર્ગદર્શન આપવાના ને ?'

'ના. મને તો નિવૃત્તિની પ્રવૃત્તિ વિશે બોલવાનું છે.'

'સરસ...કયા રૂમમાં છો ?'

'ત્રીજે માળે ૩૦૫માં છું.'

થોડીક ક્ષણો વીત્યા પછી ક્રીસે પૂછ્યું, 'એકલા જ છો કે ?'

'હા દાદા. કંઈ કામ હોય તો નિઃસંકોચ કહો.'

'કામ તો છે પણ આપને ફાવશે ?'

'અરે કહો ને ! નિઃસંકોચ કહો...આપ તો મારા પિતાજીને સ્થાને છો.'

'જો ભાઈ, મુક્તાને બીક લાગે છે કે રાત્રે એકલો હોઉં અને કંઈક તકલીફ થાય તો કોઈક મારી સાથે હોય તો સારું. મારી સાથે આવનારા ભાઈની તબિયત બગડી અને તેમને બહાર જવું પડ્યું છે. અને તમે સાથે હો તો ગપ્પાં મારતાં મારતાં સુઈ જઈશુ.'

'અરે, ચોક્કસ દાદા ! આપની વાતોમાં મને તો જાણવાનું જ મળવાનું છે. ચોક્કસ હું આપના કેરટેકર તરીકે રહીશ.'

'ભલે. તો લો આ મારા રૂમની ચાવી. તમારી બેગ લઈ આવો ત્યાં સુધીમાં હું જમી લઉં.'

વિહંગ ગયો અને ફોન આવ્યો. સામે છેડે ચિંતિત મુક્તા જ હતી...દાદાએ હસતાં હસતાં કહ્યું, 'ફ્લોરિડાનો

આપવું એટલે પામવું

વિહંગ જાની મારી સાથે રહેશે.. તું ચિંતા ના કરતી.'

'એ વળી કોણ ?'

'તું ઓળખે છે. ગુજરાતી સમાજનો કાર્યકર કે જેણે મારાં પુસ્તકોનું ત્યાં વિતરણ કર્યું હતું.'

'ચાલો હવે મને જરા હાશ થઈ.. મેં તો અપૂર્વને ફોન ઉપર બહુ જ ખખડાવ્યો.'

'અરે, પણ એવું શું કામ કર્યું ? એનો માણસ મને હોટેલ સુધી મૂકી ગયો હતો.'

'પણ મેં તો તમને એના ભરોસે મોકલ્યા હતા ને ?'

'બરોબર પણ હવે બહુ ચિંતા ન કરીશ.'

'ભલે.'

25 ન્યૂ જર્સી ની વરિષ્ઠ નાગરિકોની સભા-૨

વિહંગ તેનો સામાન લઈને રૂમમાં આવ્યો ત્યારે રૂમમાં તપખીર સોઢાતી હતી.

બેગમાંથી મોનાકો બિસ્કિટ કાઢી ક્રીસે ખાવાનું શરૂ કર્યું એટલે વિહંગે પૂછ્યુ, ‘નીચે જમવાની મઝા ના આવી ?’

‘ના, હમણાં થોડી પરહેજી પાળવાની છે તેથી તળેલું ખાધું નથી.’

‘બરોબર, પણ તમને ભૂખ લાગી હોય તો થોડાં ફ્રૂટ નીચેથી લઈ આવું ?’

‘ના રે ના આ તો જરાક સ્વાદ કર્યો.. અમે નાગર ને, તેથી ખાધા પછી પણ ખાવા જોઈએ.’

‘બરોબર.’

'વિહંગભાઈ, ફોન ઉપર તો ઘણી વાર વાતો કરી છે. રૂબરૂ આજે મળ્યા.. કહો, આપ શું કરો છો ?'

'દાદા, હું આપનાં સંતાનો જેટલો છું. મને આપ ન કહો, તું કે તમે કહેશો તો ગમશે. હું ફાઇનાન્શિયલ એડ્વાઇઝર છું અને ફાઇનાન્શિયલ પ્લાનિંગ વિશે આપણા વયસ્ક નાગરિકોમાં પ્રવર્તતું અજ્ઞાન દૂર કરવાની ભાવનાથી મને આમંત્રણ મળ્યું છે.'

'સરસ. વાત તો તમારી સાચી છે. મને આશા છે કે તમે સરસ પાયાનું જ્ઞાન આપશો.'

ત્યાં મુક્તાનો ફોન આવ્યો. તેમને વિહંગ સાથે વાત કરવી હતી તેથી ક્રીસે ફોન વિહંગને આપ્યો.

'વિહંગભાઈ ?'

'પ્રણામ, મુક્તાબા. કેમ છો ?'

'સારું ભાઈ. આપણે ફ્લોરિડા એક વખત મળ્યાં હતાં.'

'હાજી.'

'તમારો ખાસ આભાર માનવા જ ફોન કર્યો. અપૂર્વભાઈ દાદા સાથે રહેવાના હતા તેથી જ તેમને ભરોસે દાદાને મોકલ્યા અને હવે તેઓ ત્યાં નથી તેથી હું બહુ જ ગભરાતી હતી. હજી હમણાં જ હાર્ટ ઍટેકમાંથી ઊભા થાય છે તેથી તેમને એકલા રૂમમાં રાખવાનું મને ગમતુ નહોતું. અને તમે કૅર ટેકર તરીકે તેમની સાથે રહેવા તૈયાર થયા તેથી મને હાશ થઈ. આપનો બહુ બહુ આભાર.'

'આપે આભાર ના માનવાનો હોય. આ તો મારે માટે તેમની સાથે રહેવાનો અને શીખવાનો મોકો છે.'

'ભાઈ, એ તો તમારા સંસ્કાર છે બાકી આજની પેઢી તો હંમેશાં વડીલો સાથે રહેતાં કતરાતા હોય છે.'

'હું ભારતમાં ૪૫ વર્ષ સંયુક્ત કુટુંબમાં રહ્યો છું અને દાદાને જોતાં મને મારા બાપુજી જ યાદ આવે છે તેથી તમે નિશ્ચિંત થઈ જજો.. કાલે હું તેમની સાથે જ સ્ટેજ ઉપર છું એટલે સવારે અમે સાથે જઈશું અને સાથે જ પાછા આવશું.'

'ભલે ભાઈ ! ગૉડ બ્લેસ યુ.'

'અને તમારા આશીર્વાદ નહીં મળે ?'

'એ તો હોય જ ને...તમે મારી કેટલી મોટી ચિંતા દૂર કરી છે તે ક્યાં ખબર છે !'

'ભલે. દાદાની ચિંતા કર્યા વિના હવે તમે પણ શાંતિથી સૂઈ જજો.'

ક્રીસ વિહંગના વિનયને જોઈ રહ્યા.

થાકેલ ક્રીસ દવાઓ લઈ ને સૂઈ ગયા અને વિહંગ હજી તેના કોમ્પ્યુટર ઉપર પાવર પોઇંટ બનાવી રહ્યો હતો.

દસ મિનિટમાં તો ક્રીસનાં વ્યવસ્થિત રીતે નસકોરાં બોલવાં લાગ્યાં..

વિહંગ તેમને પાવર પોઇંટ પ્રેઝન્ટેશન બતાવવા માંગતો હતો પણ કાશ હવે સવારે, કરીને તે સૂવાની તૈયારી કરવા લાગ્યો ત્યાં ક્રીસ બોલ્યા, 'વિહંગભાઈ, તમારું કામ પતી ગયું ?'

'હા દાદા. મને એમ કે તમે સૂઈ ગયા છો.'

'હા, એક ઝોકું આવી ગયું એટલે હવે ફરીથી તાજો માજો થઈ ગયો...'

'મારે કાલનું પ્રેઝન્ટેશન આપને બતાવવું હતું. જો આપને વાંધો ના હોય તો...'

'જરૂર. મને તો નવું જેટલું જાણવા મળે તેટલો આનંદ જ હોય..'

ક્રીસને કોમ્પ્યુટર ઉપર તૈયાર કરેલું પ્રેઝન્ટેશન બતાવ્યું.. ત્યારે તે તો ખુશ થઈ ગયા.

થોડોક વિચાર કરી, છીંકણીનો એક સબડકો લગાવી ક્રીસ બોલ્યો, 'તમે બધા સિદ્ધાંતો બતાવ્યા એની સાથે સાથે લોકોના અનુભવો પણ કહો તો ?'

'ત્યાં જ તો દાદા, મને તમારા જેવા અનુભવીઓનું માર્ગદર્શન જોઈએ ને?'

'જુઓ, તમે સ્લાઇડ ૫માં કહ્યું કે વીલ બનાવવું જોઈએ. તે વાતને બે ઉદાહરણ સાથે લઈને કહો. એક સોમાભાઈ અને બીજા શંકરભાઈ. બંને ભારતથી આવેલા અને માને કે મૃત્યુ પછી વારસદારોને વારસો સીધો જ મળે. પણ ના અમેરિકામાં દરેક દંપતીનો પહેલો વારસદાર સરકાર માઈબાપ. તેને હટાવવા વીલ કે રિવોકેબલ ટ્રસ્ટ હોવું જ જોઈએ.'

'આભાર દાદા. તમારી વાત સમજવા જેવી છે અને અપનાવવા જેવી પણ...'

'હવે, સ્લાઈડ ૧૫માં તમે કહ્યું કે સરકારના જન-કલ્યાણના લાભો ૬૫ વર્ષે મળવાનાં શરૂ થાય તે અધૂરું કથન છે. તે મેળવવા લઘુતમ ૪૦ ક્વાર્ટરનો ટેક્ષ, મેડિકેર અને સોશિયલ સિક્યોરીટી ભરેલો હોવો જોઈએ.'

વિહંગ દાદા સામે અહોભાવથી જોઈ રહ્યો. 'હા, આ વાત હું જાણું છું ..પણ મારા ઓડિયન્સમાં અજાણ માણસો હોઈ શકે.'

'હોઈ શકે નહીં, હશે જ...૬૦ પછી ભારતથી આવેલા ઘણાબધાને ખબર નહીં હોય કે અહીંના લાભો લેવા કાં તો તમારે સંપૂર્ણ બાવા બની જવું પડે કે પછી દસ વર્ષ કામ કરી લાયકાત મેળવવી પડે.'

રાતના બે વાગ્યા સુધી વાતો ચાલી. અને સવારે જે સ્લાઈડ શો તૈયાર થયો તે ૩૦ મિનિટ કરતાં વધારેનો હતો. હવે વિહંગના મનમાં બીજી દ્વિધા શરૂ થઈ.તેને આટલો સમય અપાયો નહોતો...દાદાના અનુભવો અને તેનું ફાઈનાન્શિયલ પ્લાનિંગનું જ્ઞાન ભેગું થઈ સ્વીકાર્ય નિવૃત્તિનું વિજ્ઞાન બન્યું હતું...તે અંદરથી બહુ રાજી થતો હતો.. એકલું ચોપડિયું જ્ઞાન અનુભવીની સાથે રહીને વિજ્ઞાન બન્યું હતું.

26 ન્યૂ જર્સી ની વરિષ્ઠ નાગરિકોની સભા-૩

બીજે દિવસે સવારે ૧૧ વાગે સિનિયરોની મિટિંગમાં સવારે દાદાને લેવા કાર આવી તે જ કારમાં વિહંગ અને બીજા બે પ્રવાસીઓ ગોઠવાયા. સભા સ્થળે પહોંચીને પાવર પોઇંટ માટે કોમ્પ્યુટર ગોઠવ્યું અને સંચાલક મહોદય રમણ શાહની રાહ જોવાઈ રહી હતી ત્યાં વિહંગનો ફોન રણક્યો. રમણ શાહના જુનિયર પ્રતાપ પટેલ બોલી રહ્યા હતા 'વિહંગભાઈ, બે તકલીફ થઈ છે. સિનિયરોને લઈને આવતી જર્સીસિટીની બસ કલાક મોડી છે અને વક્તાઓ વધી જવાથી રમણભાઈ શાહે તમારા વક્તવ્યનો સમય ૨૦ મિનિટથી ઘટાડીને ૧૦ મિનિટ કર્યો છે.'

'પણ મારી તો આખી વાત ૩૦ મિનિટ કરતાં પણ

લાંબી છે અને મને તે પ્રમાણે જ તમે કહ્યું હતું.'

'હા, તે વાત સાચી છે પણ...'

'જે પૂર્વ નિયોજિત વક્તા ના હોય તેમને કેવી રીતે સમય ફાળવાય ?'

'રમણભાઈના નિર્ણય પ્રમાણે હું આપને જાણ કરું છું. પ્લીઝ, તમારા વક્તવ્યને ટૂંકાવશો.'

'ભલે.' કહી વિહંગે ફોન ટૂંકાવ્યો.

સ્ટેજ ઉપર પહેલાં ૩ ખુરશીઓ હતી જે વધીને ૮ થઈ ગઈ. રમણ શાહે આવીને દાદાની હાજરીમાં કહ્યું, 'વિહંગભાઈ, તમારે તમારું વક્તવ્ય ટૂંકાવવું પડશે.' ત્યારે દાદા કહે, 'રમણભાઈ, આમંત્રિતોને બાજુ ઉપર રાખી તમે તમારી રીતે નવા વક્તાઓ ગોઠવી દો તે સારું નથી.'

'ગિરધારીભાઈ, આયોજકોની આવા પ્રસંગે જ કસોટી થતી હોય છે...'

બરોબર ૧૨ વાગે રમણ શાહે એક પુસ્તકનું વિમોચન કરાવ્યું અને લેખકને માઇક આપ્યું.

બરોબર ૧૫ મિનિટને અંતે વિહંગને માઇક મળ્યું.

"નિવૃત્તિ એટલે આરામ અને ટીવી જોયા નહીં કરવાનું, પણ અર્થોપાર્જનમાં વિરામ અને ગમતું કરવાનો સમય"વાળી મોરારિબાપુની ઉક્તિ સાથે સ્લાઇડ શો શરૂ કર્યો.

૩૦ મિનિટ ને ૧૦ મિનિટ કરવાના પ્રયત્નોમાં કેટલીક સ્લાઇડ ઝડપથી જતી હતી જે શ્રોતાઓને ડંખતું હતું. ત્યાં ૮મી મિનિટે ચિઠ્ઠી આવી. 'જલદી પૂરું કરો.' તે અવગણીને

સ્લાઈડ શો દસમી મિનિટે પૂરો કર્યો ત્યાં ઑડિયન્સમાંથી અવાજ આવ્યો.. જરા વિગતે સ્લાઈડ નં. ૨૫ સમજાવો..વિહંગે રમણભાઈ સામે જોયું. તેમણે ના પાડી એટલે પેલા ભાઈ બોલ્યા, 'રમણ મોટા, જે સારું જ્ઞાન આપે છે તેમને સમય વધુ આપો અને જરૂર પડે તો તમારા સંભાષણને ઘટાડજો..'

વિહંગે બહુ વિનયથી પેલા ભાઈનો આભાર માનતા કહ્યું, 'હું અહીં જ છું, આપણે પાછળ મળીએ. પણ સૌનો સમય પણ જોવો રહ્યો ને ?'

પ્રતાપભાઈ સહિત ઘણા લોકો રમણભાઈ ઉપર નારાજ હતા પણ સત્તા આગળ શાણપણ નકામું.

પછીના વક્તાઓમાં સૌથી સફળ વક્તા ક્રીસ હતા. તેમની વાતો ઉત્સાહપ્રેરક હતી.. સ્ટેજ ઉપર વારો પતી ગયા પછી બેસી રહેવું સભાના સન્માન માટે એક જાતની કસોટી છે. પણ પ્રતાપભાઈ પેલા ભાઈ સાથે આવીને વિહંગને ઉગારી ગયા. તેમને મંચની પાછળ દસેક સિનિયરો કે જેમને વિહંગ સાથે વાત કરવી હતી. તેમને મેળવી આપ્યા.

એક હતા આઈઝીલીનનાં સિનિયર સિટીઝન ગૃપના વડા પ્રફુલ્લ પટેલ અને બીજા હતા કનેક્ટીકટ 'વિસામા' ગૃપના વડા, ગિરીશ મહેતા. તેમણે વિહંગના પ્રયત્નોને વખાણ્યા અને પાવર પોઈંટની માંગણી કરી અને બરોબર દાદાની જેમ જ કહ્યું કે વિહંગભાઈ તમે ઉંમરમાં નાના દેખાવ છો પણ વાતો ઘણી વહેવારિક કરો છો. કદાચ રમણ મોટા

અહીં જ માર ખાઈ ગયા છે.

ગિરીશ મહેતા કહે, ‘આપના વિચારોનું પુસ્તક કરો તો તમારી બધી સ્લાઇડો એક એક પ્રકરણ બને તેટલી સચોટ અને ઉત્તમ છે.’

‘ગુજરાત સમય’ અને ‘વિસામા’ સાપ્તાહિકના બે પત્રકાર મિત્રો હતા જેમણે ફોટોગ્રાફ લીધા અને ઇન્ટરવ્યૂ પણ લેવાયો. પાછળ રમણ મોટાના વિદ્વાન ભારતીય લેખક સંસ્કૃત વિશે જણાવી રહ્યા હતા, જેમાં મોટાભાગનાં શ્રોતાઓ બગાસાં ખાઈ રહ્યાં હતાં.

છેલ્લે ડૉક્ટર સાહેબ આવ્યા અને બધા સિનિયરોને રોગ અને તેની ભયાનકતાથી ડરાવી રહ્યા હતા.

પ્રતાપભાઈ ઉપર ફરીથી ચિઠ્ઠી આવી. વિહંગ જાનીને ફરી માઈક અપાવો. આ વખતે રમણ મોટા એ ઝૂકવું પડ્યું.

વિહંગ જાની સ્ટેજ ઉપર આવ્યા ત્યારે તાળીઓથી ઑડિયન્સ ગુંજતુ હતું.

વાતો અને પ્રસંગો સાથે સ્લાઇડો ખસતી ગઈ.. મૃદુભાષી વિહંગ જાનીનો અવાજ ગુંજતો હતો..

નિવૃત્તિ એ તો સમાજને પાછું વાળવાનો સમય છે..તમારી પાસે જે છે તે આપો.. પૈસા ન અપાય તો જ્ઞાન આપો...હૂંફ આપો..અન્ન દાન કરો..લિફ્ટ આપો...એવું કરો કે લેનારને ભાર ના લાગે અને આપનારના હૈયે દીવો થાય. તમે ભણ્યા તે યુનિવર્સિટી, તમારું ગામ, તમારું કુટુંબ, તમારો દેશ સૌને આપતાં રહો.

જે આપે છે તે પામે છે 'હાશ', 'હાસ્ય' અને કંઈક કર્યાનો 'સંતોષ'.

વક્તવ્ય પૂરું થયું ત્યારે આખો હૉલ આનંદના હિલ્લોળે ચઢ્યો હતો. સ્ટેજ ઉપરથી ક્રીસ બક્ષીએ ઊભા થઈને માન આપ્યું જે આખા ઑડિયન્સે ઝીલ્યું.

રમણ મોટાએ સૌનો આભાર માનતી વખતે ખાસ કહ્યું કે વિહંગ જાનીના કાળા વાળે મને તેમનો સમય આંચકી લેતાં ના રોક્યો પણ મને આનંદ છે કે પ્રતાપભાઈ અને કેટલાક મિત્રોએ મને આ ભૂલ સુધારવાની તક આપી.

પાછા વળતાં ક્રીશે પોતાના મનની વાત વિહંગને કરી, 'મને લાગે છે કે મારા જ્ઞાનના તમે ઉત્તરાધિકારી બનો.'

વિનયના ભારથી નમેલા ચહેરા સાથે વિહંગ બોલ્યો, 'દાદા, આ કાળા વાળને ધોળા થઈ જવા દો. હું જરૂર તમારી ભાવનાને ઝીલવા સમર્થ બનીશ.'

27 વિહંગ જાની

બીજે દિવસે ન્યૂ યોર્કમાં તેમનો ટીવી ઉપર ઇન્ટરવ્યૂ હતો. અપૂર્વભાઈ સમયસર આવી ગયા હતા. એડિસનથી મેનહટન તેમને લઈ ગયા ત્યારે તેમના મનમાં થોડીક હળવાશ હતી. વિહંગમાં તેમને આશાનું કિરણ દેખાયું હતું. તેને બીજે દિવસે સાથે રાખવાનો આગ્રહ હતો પણ તે જ સમયે તેઓની ફ્લાઇટ હતી.

ન્યૂ યોર્ક ટીવી સ્ટુડિયો પર પહોંચીને જ્યારે તેઓ કેમેરા સામે આવ્યા ત્યારે ક્રીસનો લીલા કોટમાં કોઈ સંત જેવો દેખાવ હતો. નક્કી થયા મુજબ તેમની પ્રવૃત્તિનો વિગતવાર પરિચય અપાયા પછી તેમને માઇક સોંપાયું. આમ તો ક્રીસ માટે આ નવો અનુભવ નહોતો પણ પહેલો હાર્ટ ઍટેક આવ્યા પછી

તેમની વાણીમાં થોડોક કંપ આવ્યો હતો અને તેમનું જ્ઞાન વહેંચવા મળે તે સર્વ મોકા તે છોડવા માંગતા નહોતા.

ટીવી સ્ટુડિયોમાં જ્યારે બોલવા માટે કેમેરાની લાઇટ ઑન થઈ ત્યારે તેમણે પોતાને આવેલા માઇલ્ડ હાર્ટ ઍટેકની વાતથી પોતાનું વક્તવ્ય શરૂ કર્યું, 'હું ૮૮ની વયે હમણાં જ હળવા હૃદય રોગનો ભોગ બન્યો. ત્યારે મારું કુટુંબ અને મારાં પેટ્રન્સ બહુ જ વ્યથિત હતાં. તેમનો તે ડર હતો અને તે ડર વિશે હું અત્યારે મારા વિચાર જણાવવા માંગુ છું.

બહુ સફળ લેખક નેપોલિઅન હિલ કહે છે કે માણસને સફળ થતા રોકતા હોય તો તે સાત પ્રકારના ડર છે અને તે દરેક ડર જન્મે છે ખોવાની કલ્પનાથી. જેમ કે સફળતા ખોવાની કે તબિયત ખોવાની કે ઘર ખોવાની કે સગા સંબંધીના પ્રેમ ખોવાની ખોટી કલ્પના કાં તો મનુષ્ય જાતે કરે છે કે તેમની આસપાસનાં હિતેચ્છુઓ કરે છે અને જ્યારે મન નબળું હોય ત્યારે તે ભય વધારે પડતો લાગે. આ થીયરી વાંચવાની કે સમજવાની સહજ લાગે પણ જ્યારે તમે તે પરિસ્થિતિમાંથી પસાર થતા હોય ત્યારે બહુ જ કઠિન લાગતી હોય છે.

મારા સારા નસીબે હું તો મારી જાતને સતત કહેતો હતો કે મારું જીવનકાર્ય હજી પૂરું નથી થયું અને હું તો શતાયુ થવા જન્મ્યો છું. મારી કસોટી થતી હશે તો ભલે. હું કંઈ મરવાનો નથી. મારી પાસે હજી ઘણું છે જે મારે વહેંચવાનું બાકી છે. તે વહેંચણી પૂરું થયા વિના હું આ દુનિયામાંથી જવાનો નથી.

મારી દીકરીને મારી બહુ જ ફિકર, તેથી તે ડૉક્ટરને

કહ્યાં કરે કે સારવારમાં કચાશ ના રાખશો. પણ મને સો વર્ષ પહેલાં કશુંય થવાનું નથી તે વિચારબીજ ખૂબ જ સજ્જડ હતું તેથી મેં હસતાં હસતાં તેને કહ્યું હતું કે તું મને જલદીથી આ દુનિયામાંથી કાઢી મૂકવા માંગે છે પણ જોજે ને હું જઈશ મારી રીતે જ....તેથી મારા મિત્રો, એક વાત સમજો કે અહીંથી કશું કોઈ જ તેમની સાથે લઈ જવાનું નથી. તો પછી 'મારા'ની આગળ 'અ' કે 'ત' લગાડી વહેંચતાં કેમ ન ફરીએ ?

તે દિવસે જ્યારે મને અકળામણ થઈ ત્યારે મારી વ્યથા આ જ હતી કે મને જે જ્ઞાન છે તેને મારે મારી સાથે વિસરાવવું નથી. તે જ્ઞાન તમને પણ આપવું છે. તેથી જ કહું છું કે શતાયુ થવાની તૈયારી કરવા માટે પહેલું જરૂરી પરિબળ છે નિર્ભય બનો. કશું 'ખોવાતું' છે જ નહીં. ફક્ત તેની ઉપયોગિતા કે માલિકી બદલાતી હોય છે. છોકરો માબાપનો હોય છે તે પણ જ્યારે બાપ થાય ત્યારે એ જ તમારો માલિકી ભાવ તેનાં સંતાનો માટે રાખે તો અજુગતું શું છે ? તેથી કંઈ તે તમારો સંતાન ઓછો મટી જાય છે ?

મહદ અંશે લોકો દુઃખી હોય છે તેનું મોટું કારણ તેમની વિચારસરણી હોય છે. તેઓ 'મારા'પણામાં સમય કે સંજોગો જે બદલાવ લાવે છે તે જોઈ જ નથી શકતા. શાહમૃગની જેમ જ્યારે આ બદલાવની આંધી આવે છે ત્યારે રેતીમાં માથું ખુંપાવી વિચારે છે કે તોફાન જતું રહેશે. ના મારા ભાઈ, તોફાન તો જતું નથી રહેતું પણ રેતીનો મોટો ઢગલો તમારા શિરે થઈ જતો હોય છે.

હું ધાર્મિક નથી પણ શ્રદ્ધાળુ જરૂર છું. અને તેથી એ વાત જરૂર સમજ્યો છું કે 'તકદીર' કે 'હરિ ઈચ્છા' કે કપાળ ઉપર હાથ પછાડીને તમે માનસિક યાતનાઓમાંથી ત્વરિત મુક્ત થઈ જશો, કારણ કે તમારાથી જે થવાનું હતું તે તો તમે કરી ચૂક્યા છો અને છતાંય તમારું ધાર્યું પરિણામ ન આવ્યું તો તે હરિ ઈચ્છા કહીને 'આજ'ને જે ન બગાડે તે જરૂર ડાહ્યો.

નિર્ભયતા બક્ષતી આ 'હરિ' ઉપર દોષનો ટોપલો ઢોળવાની વાતથી તમે નિષ્ફળતા ખાળી શકો પણ વાસ્તવિકતામાં તમે સ્વીકારી લો છો કે તમે નબળા છો. અને તેમ થતાં તમારું મનોબળ ઢીલું પડી જતું હોય છે.

મોટી ઉંમરે એક વાત સ્વીકારવી જ રહી કે તમારી પાસે આખી જિંદગીનો અનુભવ છે. તમે નબળા કેવી રીતે હોઈ શકો ? હા, કદાચ ફરી ઝઝૂમવાની તત્પરતા તમે ખોઈ દીધી હોય. અત્રે પેલા રાજાની વાર્તા કહી હું મારું વક્તવ્ય પૂરું કરીશ. ઝબકારા મારતી રેકૉર્ડિંગની લાલ લાઈટ જોતાં ક્રીસ બોલ્યા -

એક રાજા યુદ્ધમાં હારતો હતો. તેની તલવાર પડી ગઈ હતી. અને ખાલી ઢાલથી દુશ્મનોના પ્રહાર ઝીલતો ઝીલતો પાછો પડી રહ્યો હતો. ત્યાં તેની નજર એક તૂટેલી તલવાર પર પડી જે તેણે ઉપાડી લીધી અને બમણા જોરથી તે લઢ્યો અને જીત્યો. તે જીતની ખુશીમાં તેણે જેની ભાંગેલી તલવાર હતી તે સૈનિકને બોલાવ્યો અને તેનું બહુમાન કર્યું. ત્યારે શરમનો માર્યો તે સૈનિક બોલ્યો કે હું તો તે તલવાર રણમાં

નાખીને એમ વિચારીને ભાગી આવ્યો હતો કે આવી ભાંગલી તલવારથી યુદ્ધ કેમ લઢાય ?

રાજાએ તેનૂં બહુમાન કરતાં કહ્યું કે તેં તે તલવાર સૈનિક તરીકે વિચારીને ફેંકી દીધી હતી, જ્યારે હું રાજાની જવાબદારી સમજીને લઢ્યો હતો. સફળતા અને નિષ્ફળતા મનમાં ચાલતા વિચારો અપાવે છે. તેથી હું મારા સૌ વરિષ્ઠ નાગરિકોને વિનંતી કરીશ કે મન મર્કટને કાબુમાં રાખવા ડર - ખાસ કરીને કશુંક ખોવાનો ડર - કાઢી નાખો અને તે કાઢવાનો એક બીજો રસ્તો છે ‘મારા’ ને બદલે ‘અમારા’ કે ‘તમારા’ કરતાં શીખો...

વિહંગ તેમને સાંભળી રહ્યો હતો. તેનું પ્લેન મોડું પડ્યું હતું. તેણે ક્રીસ બક્ષીને તેમના સેલ ફોન ઉપર ફોન કરીને કહ્યું, ‘આપની વાત ખૂબ જ સચોટ અને મનનીય હતી. આ વારસો વહેંચાય જ. આપને વિનંતી કે આપના પ્રસંગો મને આપો. હું તેમાં મારું નાણાકીય જ્ઞાન ઉમેરીને સુંદર પુસ્તક સ્વરૂપે તે જ્ઞાનને બીજી પેઢી માટે નિર્માણ કરીશ. ક્રીસ બક્ષી વિચારી રહ્યા કે તેમની વાતોનાં મોજાં ઊઠી રહ્યાં છે. સરકસમાં પેલો જોકર ૧૦૦ મિટર લાંબી રેશમની પટ્ટી ફેરવવાના હેતુથી એના હાથને ઘુમાવી રહ્યો હતો...જેના હાથે ૧૦૦ ચક્કર માર્યાં હશે ત્યારે તે રિબિનનો છેલ્લો છેડો જરા હલ્યો હતો..

પશ્ચાદભૂમાં તેઓને સંભળાઈ રહ્યું હતું :

આપવું એટલે પામવું, આપ્યા પછી ન કોઈ આશ;
આપો જ્ઞાન અને પામો હાશ; હાશ એ જ મોટી ધનરાશ.

28 રમણિક અગ્રવાલનો દાવો

ન્યૂ યોર્કમાં ચર્ચાનો ચકરાવો શરૂ થયો. પરિમલે ત્યાંનાં મંદિરોમાં અને સિનિયરોનાં સંગઠનોમાં તેમનાં લેક્ચરો ગોઠવ્યાં હતાં, જેની ચર્ચાઓ છાપામાં આવતી હતી. નિવૃત્તિના વિષયોમાં એક વહેવારિક વાતો કરતા વક્તા તરીકે તેઓ જાણીતા થઈ રહ્યા હતા. તેવામાં રમણીક અગ્રવાલના વકીલે ક્રીસ ઉપર 'ગેરમાર્ગે' દોર્યાનો દાવો કર્યો. પહેલી વખત મીરા આંચકો ખાઈ ગઈ. તે તો માનતી હતી કે ક્રીસ જાતે વકીલ હતા તેથી અહીંની કાયદાકીય તકલીફોમાં કદી આવશે નહીં અને સૌથી મોટું અને અગત્યનું પરિબળ એ હતું કે તેઓ સલાહની ફી લેતા નહોતા. ક્રીસ આ પત્ર આવ્યો ત્યારે ન્યૂ યોર્ક હતા. મીરાએ ફોન પર જ્યારે તેમને જાણ કરી ત્યારે

તેમણે તે દાવાનાં પેપરો મંગાવ્યાં. વાંચીને કહે, ભલેને કેસ થયો. મને લાગે છે કે રમણીક અગ્રવાલને તેની સામે કેસ થયો અને મેં મદદ ના કરી તેથી ગુસ્સે છે.

સાન ફ્રાન્સિસ્કોનાં છાપાંઓમાં આ સમાચાર વડવાનળની જેમ ફેલાયા.

ક્રીસે ન્યૂ યોર્ક બેઠાં બેઠાં બધાં ન્યૂઝ પેપર પર ફોન કર્યા અને વધુ વિગતો મેળવી. બધાં ન્યૂઝ પેપર વાતો કરતી વખતે જાણે ક્રીસે કોઈક અકલ્પ્ય મોટો ગુનો કર્યો હોય તેવો દેખાવ કરતાં હતાં, પણ કેલિફોર્નિયા ટાઈમ્સનો દેસાઈ જે ક્રીસનો ભગત હતો તેણે કહી દીધું કે દાદા, આ બધી પેઈડ જાહેરાતો છે. તમને બદનામ કરવાનો પ્રયત્ન છે.

'તો મારે શું કહેવાનું કે કરવાનું ?'

'જુઓ..ભસતાં કૂતરાંની સામે ભસાય નહીં પણ એમની નકારાત્મક જાહેરાતોથી તમને ફાયદો થાય તેવી એક રીત તમને સમજાવું. જે લોકોને તમે નિઃશુલ્ક સહાયે રાહત કરાવી આપી છે તેમને કહો કે આ જાહેરાતો છાપતાં છાપાંને ફોન કરી સમજાવે કે રમણીક અગ્રવાલ ખોટાં કામ કરાવવા માંગતો હતો તેની દાદાએ ના પાડી તેથી તે કિન્નાખોરી કરે છે. બસ, પાંચસાત ફોન જશે એટલે તેઓ ચૂપ થઈ જશે.

કેલિફોર્નિઆ ટાઈમ્સનો પ્રતિદ્વંદ્વી સન ફાઈનાંસ આ વાતોને ઉછાળતો હતો તેથી બીજે દિવસે જેમના ફોન ગયા તે સૌનાં નામ સાથે બીજો લેખ આવ્યો. પણ હવે સમાચારની જગ્યા અને ગરમી ઘટેલી જણાઈ.

રાજેશ હવે દાદા માટે પાછો પડે તેમ ક્યાં હતો ? ‘દાદા, તમે કહો તો તમારી બદનામી કરી છે તેમ તેના ઉપર સામે બદનક્ષીનો દાવો હું કરું ?’

ક્રીસ કહે ‘ના ભાઈ ના. એની જરૂર નથી. સન ટાઈમ્સનો પ્રતિનિધિ મારો પ્રતિભાવ મેળવવા મથે છે કે જેથી તેનું છાપુ જરાક લાઈમ લાઈટમાં રહે...’

રાજેશે પુછ્યું : ‘એટલે ?’

ક્રીસ કહે, ‘એટલે એમ કે રમણીક અગ્રવાલ જે જોરે કૂદે છે તે જોર ઢીલું પડ્યું છે.’

રાજેશે વ્યંગોક્તિ કરી, ‘બસ, અઠવાડિયામાં જ ?’ થોડા મૌન પછી રાજેશે ફરી પુછ્યું : ‘કેમ શું થયું ?’

ક્રીસ કહે, ‘તેને એમ કે હું ન્યૂ જર્સી છું અને આ સમાચાર દબાવવા મારા પેટ્રનો તેના પ્રેસમાં જશે અને દબડાવશે, પણ કેલિફોર્નિઆ ટાઈમ્સનો પ્રતિભાવ ન હતો. અને ચાહેલી ગરમી ન દેખાતાં તે સમાચાર લખનાર પ્રતિનિધિ હવે સાપે છછુંદર ગળ્યા જેવી દશા થયેલી તેમ જાણતાં મેં તેના માલીક જોહન્સન ને ફોન ઉપર એટલું જ કહ્યું’ શું તમે ઈચ્છો છો હું અમેરિકન ગવર્ન્મેંટ સાથે ચાલાકી કરી નુકસાન કરું?’ આ પ્રકારની નકારાત્મક પ્રસિધ્ધિ મને જોઈતી નથી.’

મિ. જોહ્નસને કહ્યું, ‘મિ. બક્ષી, આ સમાચાર હું નહોતો અને છપાયા છે. એ એડવર્ટાઈઝરૂપે આવ્યા છે જેના ઉપર હું તર્ત જ એક્શન લઉં છું.’

ક્રીસે ફરી કડકાઈથી કહ્યું, ‘તમે તમારી ઈન્ક્વાયરી કરો

પણ જો તમે આમ છાંટા ઉડાડશો તો મને તો વકીલનો પણ ખર્ચો નથી કારણ કે હું તો વકીલ જ છું..મને રમણીક અગ્રવાલ અને તેના બધા મિત્રોનાં આવક્વેરાનાં ગફલાં ખબર છે. ખાલી તેમને એટલું સમજાવી દેજો...આટલી તકલીફો છે તે વધી જશે અને મને ૬ મહિનાની જેલ કરાવવા મથતા રમણીકલાલને તમારા પ્રતિનિધી સાથે લાંબી કાયદાકીય સતામણીઓ થશે.'

મિ. જહોન્સને સાંજે ફોન કરી ને કહ્યું, 'મિ. બક્ષી, મને આ આખા પ્રકરણનો વિલન મળી ગયો છે. કાલનું અમારું સમાચાર પત્ર અને પ્રતિનિધિ આપની માફી માંગશે.

'મિ. જહોન્સન, મારે કોઈના પેટ ઉપર પાટુ નથી મારવું પણ રમણીકલાલને સંદેશો મળવો જરૂરી હતો કે કાચના મહેલમાં રહેનારે ખોટા પથ્થરો ના મારવા જોઈએ. કોણ છે વિલન તે મને જાણવામાં રસ નથી પણ આ કેસ તો બંધ ના જ થવા દેશો.'

'કેમ ?'

'આ પ્રસંગ દ્વારા હું જન સમુદાયને બે સંદેશા આપવા માગું છું...'

'કહો તો ખરા ?'

'કાયદા દરેક દેશમાં એક સરખા હોતા નથી તેથી ભારતમાં જેમ કર્યું તેવું અહીં ના ચાલે. અને બીજી વાત જનકલ્યાણના લાભો એને જ મળે કે જેઓ એ કાયદા અનુસાર લાભો ૪૦ ક્વાર્ટર ટેક્ષ ભર્યો હોય .

'મારું કામ તેમને જ્ઞાન આપવાનું છે પણ મારા અનુભવોનો મનઘડંત અર્થઘટન કરી વર્તવું ના જોઈએ જે રમણીકભાઈએ કર્યું. પેપર ઉપર પણ જૂઠું આચરણ કાયદા સામે ચાલતું હોતું નથી. અમેરિકામાં તો કાયદો સર્વોપરી છે તે વાત અમારી બીજી પેઢીને શીખવવાનો આ સારો મુદ્દો છે.'

બીજા દિવસના છાપામાં ક્રીસે ધારેલું તે કરતાં મોટા સ્વરૂપે સન ટાઈમ્સે રમણીક અને તેમના પ્રતિનિધિની માફી છાપી અને પ્રતિપાદિત કર્યું કે દેશભક્ત ક્રીસ બક્ષી છે અને તેઓને બદનામ કરવાનો જે પ્રયત્ન થયો તે ઘૃણાજનક છે.

આખો માહોલ બદલાઇ ગયો..ખાસ કરીને મીરા હવે ખુલ્લા મને તણાવ મુક્ત થઈ ગઇ હતી.

રાજેશ અને તેના સમગ્ર મિત્રમંડળે ફટાકડા ફોડ્યા. રમણીક અગ્રવાલે કેસ તો પાછો ખેંચ્યો પણ રવિવારની બેઠકમાં જાહેરમાં માફી માગી અને બોલ્યા પણ ખરા કે કેટલાક સૂંઠને ગાંગડે ગાંધી થઈ બેઠેલા વકીલે તેમને ગેરમાર્ગે દોર્યો હતો.

29 સુવર્ણા રાય અને યોગેશ જાની

વિહંગે સૌ પહેલાં પ્રકરણોની અનુક્રમણિકા મોકલી અને વિનંતી કરી કે વિષય પ્રમાણે તમારા અનુભવો મોકલો કે જેથી તેનું નાણાકિય જ્ઞાન અનુભવો સાથે મૂકી લોકભોગ્ય લખાણ તૈયાર થાય. તે સમયે ક્રીસ સુવર્ણા રાય નામની એક બંગાળી વિદ્યાર્થીનીને નાણાકીય સહાય હેતુ પોતાના વિશે એક પુસ્તક લખાવી રહ્યા હતા. સુવર્ણા અંગ્રેજીમાં લખતી અને દાદા સાથે વાતો કરતાં ખૂબ જ હસતી.

ક્રીસને તે વાત ગમતી પણ મુક્તાબાને તે ન ગમતું. એક વખત તે બોલી પણ ગયાં કે ‘આ શું મિનિટે મિનિટે ખિખિયાટા કાઢે છે ?’

ત્યારે ક્રીસ બોલ્યા, ‘જે મુક્ત મને હસી શકે છે તે

આપવું એટલે પામવું

મનના ભોળા હોય છે અને તેઓ વાતના હાર્દને સરળતાથી જાણી જતા હોય છે. તું એના કામને જો.. કેટલું ફાંકડું અંગ્રેજીમાં લખે છે ! મારી કહેલી દરેકે દરેક વાત એવી સરસ રીતે લખે છે કે મને ઘણી વખત થાય છે કે હું જો જાતે લખત તો આવું સુંદર ન લખાત.'

મુક્તા હજી સ્વસ્થ થઈ નહોતી તેથી ફરી ફુંગરાતા અવાજે બોલી, 'આવાં ભોળાં માણસોથી તો તમારે ખાસ જ ચેતવાનું છે. તમને તેઓનાં ભોળપણમાં ક્યારે લપેટી લેશે ખબર નહીં પડે. ખાસ તો પૈસાની બાબતમાં સમજ્યા ?'

'હા. તારી વાત સાચી હશે પણ મને તેવો ભય નથી કારણ કે તે મીરાની દીકરીની મિત્ર છે અને જરૂરિયાતમંદ છે.'

મુક્તાનો ગુસ્સો થોડોક શાંત થયો અને બોલી, 'તમે તેને કશું ના કહેશો. હું મીરાને વાત કરીશ. તે સહજ રીતે કહેશે.'

મીરા તો મુક્તાબાની વાત સાંભળી પહેલાં તો ખૂબ જ હસી. પછી કહે, 'મા, હું સમજી શકું છું તમે જે કહો છો તે પણ આનો સાચો રસ્તો એ જ છે કે એકબે વખત તમે બેએક કલાક માટે તેની સાથે બેસો. મને લાગે છે કે પપ્પાની રમૂજશક્તિને તે વધુ સારી રીતે માણે છે.'

મુક્તાને થોડું સારું લાગ્યું અને સુવર્ણા સાથેના લેખન સંગતમાં તે પણ બેઠી.

બપોરે બાર વાગે લંચ પતાવીને બેઠાં હતાં ત્યારે સુવર્ણા આવી અને બોલી, 'દાદીમા, આજે હું પીઝા ખાઈને આવી

છું. મને તમારું લંચ પૅક કરી દેજો હું સાંજે તે ખાઈ લઈશ.'

મુક્તાએ મોં ફુલાવ્યું અને કહ્યું, 'સુવર્ણા, લંચ તો તું લઈ જજે પણ આજે હું પણ તમારાં બંને સાથે હસવા બેસવાની છું. તને ગમશે ને ?'

'અરે વાહ, દાદી ! મને તો શું વાંધો હોય ? મને તો વધુ વાતો જાણવા મળશે.'

પહેલા કલાક વાતો પત્યા પછી સુવર્ણાએ પ્રશ્ન કર્યો, 'દાદા તમારી સફળતાની વાતો સાથે કેટલીક નિષ્ફળતાની વાત પણ કરો ને ?'

મુક્તા ત્યારે બોલ્યાં, 'અમારી જિંદગીનો ભારતીય જીવનનો તબક્કો દુ:ખદાયક જ હતો. એમનો દોલો સ્વભાવ અને જ્યાંત્યાં પોતાની તાકાત હોય કે ના હોય કે પછી પાત્ર યોગ્ય હોય કે ના હોય, તેઓ 'આપવું એટલે પામવું' કરતા રહેતા અને કહેતા રહેતા. જોકે ત્યાં પૈસા વધારે હતા જ નહીં તેથી નાણાકીય માર નહોતો પણ દાદા ખેંચાતા તો હતા જ. અને અમે પણ તેમની પાછળ ખેંચાતાં.'

ક્રીસે મુક્તા સામે જોઈને કહ્યું, 'સમજણ વિનાની ટૂંકી દ્રષ્ટિને કારણે તમને તે ખેંચાણ દેખાય છે. ખરેખર તો મીરાને અમેરિકા આવવાનું અને આટલો સારો પતિ મૌલિક મળ્યો તેનું કારણ આ જ છે. અને તેની સમૃદ્ધિ સાથે આખું કુટુંબ વ્યવસ્થિત રીતે સ્થિર થયું તેમાં પણ એ લોકોના આશીર્વાદ હતા. મેં મારી જાણ બહાર મૌલિકના પિતરાઈ ભાઈ પ્રકાશને સાચી સલાહ આપીને કૉર્ટે ચઢતાં રોક્યો હતો. તેણે તે સારપને

એક સૂચન તરીકે ગણીને મૌલિકને વાત કરી અને મીરા સાથે તેઓની વાત ચાલુ થઈ જે લગ્નમંગલ સુધી પહોંચી.'

મુક્તા ત્યારે કશુંક બોલવા જતાં હતાં ત્યાં મુક્તાની જ વાત ક્રીસ બોલ્યા, 'જો કે બીજી રીતે જોઈએ તો બેલા જ્યાં બંધાયા હોય ત્યાં જ લગ્ન થાય તેવું મુક્તા અને મીરા માને છે. પણ હું માનું છું કે કોઈક નિમિત્ત હોય તો જ ઘટના ઘટે. બાકી ક્યાં મુંબઈ અને ક્યાં સાન ફ્રાન્સિસ્કો ? કોઈ મેળની શક્યતા હતી જ નહીં. છેલ્લી વાતનો લહેકો એવો સરસ હતો કે સુવર્ણા ખડખડાટ હસી પડી. મુક્તા પણ મલકી અને સાથે તેના મનનો ખટકો પણ જતો રહ્યો. ક્રીસની આ અદાઓ ઉપર તો સાઈઠ સાથે કાઢ્યાં, અને હજી પણ સાથે જીવશું. મનમાં વિચારતાં વિચારતાં રસોડામાં જઈને કડક મીઠી ચા બનાવવા ગયાં. મીરા સાચી હતી..

સહેજ ખોંખારો ખાઈને ક્રીસે કહ્યું, 'સુવર્ણા, ભગવાન બુદ્ધનું સાહિત્ય વાંચતાં વાંચતાં મને એક વાત પાંચેક વર્ષ ઉપર મનમાં જડબેસલાક બેસી ગઈ હતી કે કોઈને પણ મદદ કરવી હોય તો તાકાત ગોપાવવી નહીં. એનો અર્થ એ કે તાકાત હોય તેટલી જ સોડ તાણવી.

'હવે એક વખત મારા દૂરના મિત્ર અશ્વિન જાનીનો દીકરો અને અહીંનો વિદ્યાર્થી યોગેશ જાની મારી પાસે રડતો રડતો આવ્યો અને કહે, મારા બાપુજી ભારતમાં માંદગીમાં ખુવાર થઈ ગયા છે. ભણવામાં મારે અહીં એક વર્ષ બાકી છે અને મારી પાસે પૈસા નથી. સ્ટુડંટ લોન યોગ્ય

બાંહેધરી વિના બૅંક આપતી નથી. મને કોણ જાણે શું સૂઝ્યું કે તેને હા પાડી દીધી અને તેની દસ હજાર ડૉલરની લોનનો ગેરંટર હું થયો.

'લોનના પૈસા તેણે દેશમાં તેના બાપાને બચાવવા મોકલ્યા અને ભણવાનું છોડીને નોકરી લઈ લીધી.

'મૌલિક અને મીરા ખૂબ જ ખીજવાયાં. પણ હવે તીર છૂટી ગયું હતું. તે છોકરાએ ફોન બદલી નાખ્યો અને સંપર્ક તૂટી ગયો.

'છ મહિના પછી લોન રિપેમેંટ ચાલુ થયું અને બૅંકના ગેરંટર તરીકે ફોન આવવાના ચાલુ થયા. તેના બાપુજીને શોધતો હું ભારત ગયો ત્યારે ખબર પડી કે બાપુજીનો દેહાંત થઈ ગયો હતો. ઘર લીલામ થઈ ગયું હતું. દસ હજાર ડૉલર લોનના હપતા મેં ભરવાના ચાલુ કર્યા ત્યારે મુક્તા પણ ખૂબ જ વ્યથિત. કારણ કે અમે સોશિયલ સિક્યોરીટીની આવકો પર જીવીએ અને છોકરાઓ આ વાતને ભાર માને.

'બે વર્ષ પછી તે દેખાયો. મુક્તાએ તો બરોબર ઝાટક્યો. તેની વાત સાવ સીધી હતી. ફોન તેને પોષાતો નહોતો અને દિવસના ૧૬ કલાકી નોકરી કરી તે બે ઘર જાળવતો હતો. ભણવામાં બે વખત નિષ્ફળ ગયા પછી આ વર્ષે તે પાસ થયો છે અને સારી નોકરી મળતાં જ હપતા ભરવા માંડશે અને આપણા પૈસા પણ વાળશે.'

ક્રીસે એને એક જ વાત કહેલી કે અહીં તારો સંપર્ક તૂટી ગયો તે વાત આશંકા પેદા કરી ગઈ. મને પત્રથી કે ફોનથી

જાણ કરવાની તારી ફરજ હતી. સ્ટુડંટ લોનમાં ડિફોલ્ટ થાય ત્યારે સમગ્ર ભણતર અને ભવિષ્ય અંધકારમય થઈ જાય. તેથી તારી લોનના પૈસા મેં ભરવા માંડ્યા. જોકે મનથી તો મેં એવું નક્કી કર્યું જ હતું કે હવે કોઈની પણ બાહેંધરી લેવાની નહીં. પણ તું તારી જાતે મને શોધતો આવ્યો...તારી વાત જાણી હવે એવું નહીં કરું. પણ સોડ કરતાં વધારે જાતને ખેંચીશ તો હવે મીરા મને ઘરમાંથી કાઢી મૂકશે તે નક્કી છે. કારણ કે તારા મૌનને લીધે ધરમીને ત્યાં ધાડ પડી છે.

મુક્તા તે વખતે ફરીથી બોલ્યા, 'હા, અમે લોકોએ તો માની જ લીધું હતું કે ક્રીસ ઠગાઈ ગયા છે. જો કે તેમને અંદરથી તો ભરોસો હતો જ કે બ્રાહ્મણનો છોકરો છે એટલે સાવ પાણીમાં નહીં જ બેસે.'

યોગેશે ગળગળા અવાજમાં કહ્યું, 'મુશ્કેલ સમયમાં જેમણે મદદ કરી હોય તેમનો ગુણપાડ તો કંઈ ભુલાતો હશે?'

ક્રીસે ફરીથી તેનો નિયમ દોહરાવતાં કહ્યું, 'હવે જિંદગીમાં તું પણ જે મુસીબતમાં હોય તેને મદદ કરજે. તારી શક્તિ ગુપાવ્યા વિના. હું તો માનું છું કે આપવું એટલે પામવું, પણ છેલ્લા તારા પ્રસંગ પછી હું થોડોક ડગમગી ગયો હતો.'

'દાદા, તમે નહીં માનો પણ મને સતત મારા સ્વપ્નામાં પપ્પા આવીને કહેતા રહેતા કે ક્રીસના પૈસા ભરાયા? અને હું સતત કહેતો કે હા ભરાશે જ. જેવી મને સારી નોકરી મળશે અને હું બધું જ પાછું વાળીશ. આજે વેરાયઝોનમાં

ઈન્ટરવ્યૂ આપવા જાઉં છું...આશા છે કે ગ્રહ બદલાશે અને સારા પગારે બે પાંદડે થઈશ.'

સુવર્ણા તરત બોલી, 'દાદા, આ તમારાં સંસ્મરણો મારી પાસે લખાવીને તમે આ જ કરો છો ને ?'

'એક સારા સંસ્કારનું પહેલી પેઢીથી બીજી પેઢી કે ત્રીજી પેઢી તરફ વહન કરું છું. તું તો સારા ઘરની છે અને તારો પોતાનો ખર્ચો કાઢવા મને મદદ કરે છે.'

'દાદા, મદદ તો તમે કરો છો મને સંસ્કારો આપીને. અને તમારા માટે લખવા માટેની તક આપીને. જોકે આ પુસ્તકનાં સંસ્મરણો અમારી પેઢીને માટે ઉચ્ચતમ માર્ગદર્શન પણ હશે જ.' સુવર્ણાએ પોતાનો અહોભાવ વ્યક્ત કર્યો ત્યાં મુક્તાબા ચા અને ગાંઠિયા લઈ રૂમમાં દખલ થયાં.

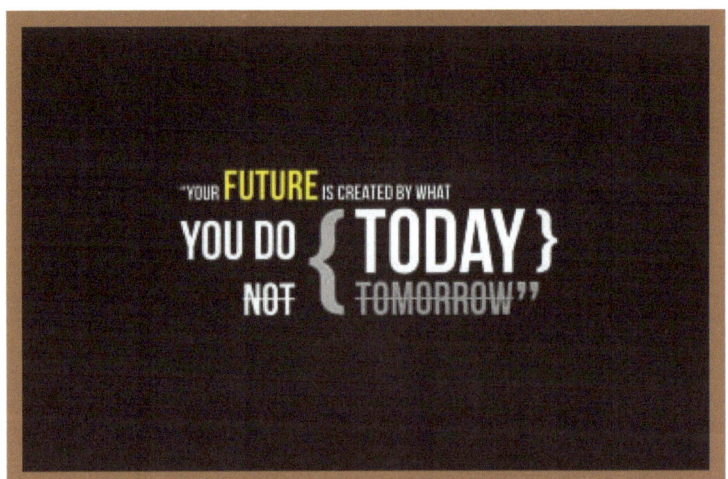

30 ક્રીસનું ત્રીજું પુસ્તક વિહંગ સાથે

વિહંગની અનુક્રમણિકા જોતાં ક્રીસને લાગ્યું કે વિષયો તો સરસ લીધા છે. અત્યારે તો એકલી નિવૃત્તિ અને તેમાં શું કરવું જોઈએ તેના ઉપર ભાર વધારે મૂકવો જોઈએ. વિહંગને ફોન કરી તેઓએ 'આગળ લખો' કહી લીલી ઝંડી બતાવી અને પોતે કેટલાક પ્રસંગો લખીને મોકલશે તેવું પણ જણાવી દીધું.

મુક્તાબા કહે, 'ક્રીસ, કેટલા લેખકો તમે તૈયાર કરો છો, તમારો આ વારસો આપવા ! કેટલા લેખકો તૈયાર કરી રહ્યા છો ?!'

'જજ સાહેબની વાતો હું ભૂલ્યો નથી. અને એમણે દર્શાવેલા રાહે ચાલીને હું આ કામ કરું છું. નવા ઉગતા

લેખકો પાસે તેમના આગવા વિચારો હોય છે પણ તેમને તેનું માર્કેટિંગ આવડતુ હોતું નથી.. તેઓ પાસે હું મારું કામ કરાવું તો તેમાં ખોટું પણ શું છે હેં ? અને આ વિહંગ તો વિષયનો જાણકાર છે. તેનું કામ જ અમેરિકન પદ્ધતિએ નિવૃત્તિ માટે લોકોને તૈયાર કરવાનું છે. વળી મારા વૈયક્તિક અનુભવોની તેને ખાસ જરૂર છે એટલે મને લાગે છે કે આ પુસ્તક શ્રેષ્ઠ બનશે જ.'

'ભલે. તમને તમારું કાર્યજગત મુબારક...મારા વિચારો તમને ગમશે કે નહીં તે જાણ્યા વગર હું મારું ડહાપણ ડહોળું તો ઊંધે માથે પાછી ભોં ઉપર પડું છું.. જુઓને, સુવર્ણાના અને યોગેશના કેસમાં કેવી ખોટી પડી ?'

'જુઓ મુક્તા, તમે ખોટાં નથી હોતાં. ટૂંકાગાળાનું તમારું દર્શન સાચું હોય છે અને હું ટૂંકાગાળાનું કોઈ કામ કરતો જ નથી. આ વિહંગ લાંબી રેસનો ઘોડો છે તમે જોજો.'

'હવે ૮૫ તો થયાં. હવે કેટલું જોવાનું ?'

'વિહંગનું પુસ્તક આવે ત્યારે તમારે તેને તપાસવાનું છે તે ના ભૂલશો. એ ગુજરાતી નથી ભણ્યો પણ ભાષા એની ફાંકડી છે. હા, અનુસ્વારમાં ભૂલો કરે છે જે એણે મને પહેલાં કહ્યું હતું. બહુ બચપણથી વાર્તાઓ લખે છે અને આ પુસ્તકને તે ભેટ-પુસ્તક તરીકે લખવાનો છે.'

'ભલે. એ પુસ્તક તમારો હવે પછીનો પ્રોજેક્ટ છે જ્યારે મારું અનુવાદનું કામ પણ સાથેસાથે ચાલે છે તે સમજીને વાયદો કરજો.'

પંદર દિવસમાં કાચી મેન્યુસ્ક્રિપ્ટ આવી ગઈ અને તે વાંચીને ક્રીસ ઊછળી પડ્યા. વિહંગને ફોન ઉપર કહ્યું, 'તમે તો બહુ સરસ રીતે મારા બધા અનુભવોને વણી લીધા ને કાંઈ !'

વિહંગ ફોન ઉપર કહે, 'દાદા, તમારું કામ મારી નાણાકીય વાતો કરતાં વધુ દીપે છે. અને અન્ય સંકલન ઉપર તો હું કામ છેલ્લાં બે વર્ષથી મારા બ્લૉગ ઉપર કરતો હતો. છેલ્લા પંદર દિવસોથી ઘણું લખ્યું અને ભૂંસ્યું ત્યારે આ પ્રત તૈયાર થઈ છે. તમારે હવે અનુભવીના ટકોરા જેવું કે અનુભવી ચિત્રકારના ફાઈનલ ટચિંગ જેવું કામ કરવું બાકી છે. આપને પુસ્તક ગમ્યું તેનો આનંદ.'

ફોન ઉપર વિહંગનો સંતોષ અને મહેનત દેખાતાં હતાં.

વિહંગ આ પુસ્તક સમાજને પાછું આપવાની ભાવનાથી, કશું મેળવવાની આશા વિના લખતા હતા તેથી તેનું નામ પ્રસિદ્ધ વધુ થાય તે માટે ક્રીસ આ પુસ્તકને બહોળો પ્રચાર આપવા કટિબદ્ધ થયા.

31 ભાવુક કચ્છી

સુવર્ણાએ આખું પુસ્તક પતાવી દીધું હતું ત્યારે મુક્તાબાએ સૂચન કર્યું કે આ બધી વાતોમાં તમે ઘણાનો ઉલ્લેખ કર્યો છે પણ તમે ભાવુક કચ્છીને કેમ ભૂલ્યા ? એ પણ તમારે માટે મોટી કસોટી જ છે ને ?

દાદાએ પ્રસન્નચિત્તે ભાવુક કચ્છીની વાત કાઢી. સુવર્ણા એક વધુ નવું પ્રકરણ લખવા કટિબદ્ધ થઈ.

ભાવુક એટલે જાણે મારો હનુમાન. બધી જ રીતે ભર્યોભર્યો, પણ ૨૦૦૯ની રીઅલ એસ્ટેટમાં ભરાઈ પડેલો. આગળ એકબે સોદામાં પૈસા બનાવ્યા કારણ કે સાન ફ્રાન્સિસ્કોમાં મકાનના ભાવો રોજ બદલાય અને પહેલા મકાનને લઈને બે મહિનામાં ૫૦૦૦૦ના નફે કાઢેલું તેથી

બીજું મકાન લીધું તેમાં પણ ૨૬૦૦૦ બન્યા. તેથી થોડીક હિંમત કરીને મોટું મકાન લીધું. એકાદ વરસ લોન ભરીશું અને મોટે નફે નીકળી જઈશું તેવી સાવ સાદી ગણતરી હતી. પણ લેહમેન બ્રધર્સ બેંકરપ્ટ જાહેર થઈ અને ભાવો તૂટવા માંડ્યા. બે મિલિયનનું મકાન સડસડાટ ઊતરીને ૮૦૦,૦૦૦ થઈ ગયું.

ભાવુક મહેતા તે દિવસે વાત કરતાં કરતાં રડી પડ્યા. કારણ કે બેંકોની તવાઈ ચાલુ થઈ ગઈ. ભાવફેર જેટલા પૈસા ભરો અથવા બૅંકરપ્સી નોંધાવો.

ભાવફેર જેટલા પૈસા ભરવા બીજા મિલિયન ડૉલર જોઈએ જે તેમનું મુંબઈ અને ભુજનું મકાન વેચે તો પણ ના નીકળે. અને આમ પણ તેઓનું મુખ્ય કામ રીઅલ એસ્ટેટની લે-વેચ હતી એટલે તે કામ પણ ઠપ થઈ ગયું હતું. આ મકાન ઉપર તેમનો દારોમદાર વધુ હતો કારણ કે બેઠી દડીનું આ મકાન દોઢ માળનું અને ૫ બેડરૂમ સાથે તેમને ૧ મિલિયન અને ૬૫૦૦૦૦માં મળેલું. જેને અપડેટ કરાવીને બે મિલિયને વેચવાનો પ્લાન હતો. ફાઇનાન્સનો બ્રોકર પણ ઘટતા ભાવે ઓછા વ્યાજની બીજી લોન અપાવીને છટકી ગયો હતો. ભાવુક માટે ઘર હવે બરોબર સાપે છછુંદર ગળ્યા જેવી હાલતનું હતું.

ચિંતા કરી કરી તબિયત ખલાસ કરી નાખી. એસીડીટી અને બી પી વધી ગયું હતું. પત્ની ભાર્ગવી પણ કામે લાગી હતી અને દીકરો પણ જે બહાર રહેતો હતો તેને ઘરે બોલાવી

લીધો. બૅંકનો હપતો તો ભરાતો હતો પણ આ ભાવફેર લાવે ક્યાંથી ?

કહેવાય છે કે તકલીફો જ્યારે આવે ત્યારે ચારે બાજુથી આવે. મુંબઈના મકાનમાં ભાડવાતો ઘર પચાવીને બેઠા હતા અને એમને જ નાખી દેવાના ભાવે આપી દેવા કહેતા હતા. અને ભુજના ધરતીકંપમાં તે ઘર પણ ધરાશાયી થયું.

ક્રીસનો અંતરાત્મા દ્વિધાએ ચઢ્યો હતો. ભાવુકે મદદ તો કરવી જ હતી અને યોગેશ જાનીનો અનુભવ તેમને વારતો હતો. તેમણે પોતાના પેટ્રનમાં વાત કાઢી. સૌ સાંભળતા પણ એમ જ કહેતા કે બજાર ક્યારે સારું થાય તે કહેવાય નહીં અને આટલા બધા પૈસા દાદા, કોઈ એમ ને એમ ના આપે. છતાં એમને ભરોસો હતો કે પોતાની ટહેલ ખાલી નહીં જાય.

ક્રીસ કહે, હું મારા માટે પૈસા નથી માંગતો પણ આપણો માણસ તકલીફમાં છે તેને તારવા માટેની વાત છે. આંખની શરમે લોકો વાતો સાંભળે પણ પૈસા આપવાની વાત આવે એટલે દરેકનો રવૈયો બદલાઈ જાય.

કોઈક એમ પણ કહે દાદા, તમે જનકલ્યાણનું કામ કરો ત્યાં સુધી બરોબર છે પણ આ તો અમારા વશની બહાર છે. આમેય વાત તો વહેતી થઈ ગયેલી કે ભાવુક કચ્છી રોડ ઉપર આવી જવામાં છે.

રમણીક અગ્રવાલ તો છડેચોક કહેતો ફરતો હતો કે મોટીમોટી વાતો કરીને ગિરધરલાલ નાના પ્રશ્નો સુલટાવે. ભાવુક શાહને બહાર કાઢે ત્યારે માનું કે તે સાચો જનસેવક છે.

આપવું એટલે પામવું 155

ક્રીસ જોઈ શકતા હતા કે ભાવુક શાહ મોટી ચૅલેંજ છે. અને સાથેસાથે એમ પણ માનતા હતા કે અણી ચૂક્યો સો વરસ જીવે.

એક દિવસ ભાર્ગવી કોઈ કામ માટે દાદાને ત્યાં આવી હતી ત્યારે દાદાએ પૂછ્યું કે ખરેખર બૅંકમાં કેટલા પૈસા ભરવાના છે ?

ત્યારે રડતાં રડતાં તે જે રકમ બોલી તે રકમ અને ભાવુક કહે છે તે બે રકમો જુદી હતી. મુક્તાબા પણ ત્યારે ચોંક્યાં. ભાવુકને આ બાબતે પૂછ્યું તો કહે મકાનની તવાઈ દૂર કરવા તો મને બૅંક રીફાઈનાન્સ કરવા કહે છે જેના ડાઉન પેમેંટ માટે મારે ૮૦,૦૦૦ ભરવાના છે. પણ ભુજનું મકાન અને મુંબઈનો અમારો માળો પણ સારી એવી મરમ્મત માંગે છે. વાયદા ઉપર ઘણા શેરો છે જેમાં પણ નુકસાન છે. જેની ભાર્ગવીને ખબર નથી.

ક્રીસ કહે, ભલા માણસ, કોઈ પણ ગૂંચ ઉકેલવી હોય તો તેનો એક છેડો પકડીને ચાલવાનું. પહેલી ગૂંચ ઊકલે પછી બીજી ગૂંચ વિશે વિચારવાનું સમજ્યા !

ભાવુકભાઈ નીચું જોઈને જમીન ખોતરી રહ્યા હતા.

દાદા પિતાના ભાવુક અવાજે ફરી બોલ્યા, ‘દીકરા, જ્યારે મગજ સ્વસ્થ હોય ત્યારે રસ્તા સરળ થતા જાય. અને મનને તો મારવું જ પડે, વાસ્તવિક રહેવા. હવે તારા પ્રશ્નોના ત્રણ ભાગ પડી ગયા :

૧. અહીંનું મકાન, જેને લોન લઈ તકલીફ મુક્ત

કરાવવાનું અને તેમાં ડાઉન પેમેંટ માટે ૮૦,૦૦૦ ડૉલર જોઈએ છે.

૨. ભુજનું મકાન. કોઈ તેમાં રહે છે ?

૩. મુંબઈની ચાલ અને ત્યાંનું રોકાણ.

ભાર્ગવી ભાવુકની સામે ગુસ્સાથી જોઈ રહી હતી તે બોલી, 'ત્યાં તેમની બહેનોએ ચાલનાં ક્લીઅર ટાઈટલો દબાવી પાડ્યાં છે તેને વિશે કેમ કહેતા નથી ?'

દાદા બોલ્યા, 'તે મુંબઈના રોકાણનો ભાગ છે.'

હવે પહેલો મુદ્દો. અહીંના મકાનને પહેલાં ફ્રી કરો. રતનભાઈને લઈને આપણે કાલે બૅંક મૅનેજરને મળવા જઈએ છીએ. તમે તમારા મકાનનાં અને લોનનાં બધાં કાગળિયાં તમારી સાથે લાવજો.'

'આ બધું જ મને સમજાય છે દાદા, પણ પૈસા નથી તો ત્યાં જવાનો શું ફાયદો ?' ભાવુકભાઈએ પોતાની નારાજગી બતાવી.

'જુઓ, ઘણી વખત પ્રશ્નની અંદર છુપાયેલું નિરાકરણ શોધવા પ્રશ્નને બારીકાઈથી સમજવો પડે. એ તો સારું થયું કે ભાર્ગવીબહેને પેટ છૂટી વાત કરી તો સમજણ પડી કે રીફાઈનાન્સ શક્ય છે અને ડાઉન પેમેંટ જ પ્રશ્ન છે.

બીજે દિવસે રમણભાઈ સાથે હતા અને જે બૅંકમાં જવાનું હતુ તે બેંક લોન ઑફિસર સ્કોટ એડમીરલ પણ હાજર હતા.

દાદાને જોઈને તેમણે બહુ વિનયપૂર્વક અભિવાદન કર્યું.

અને પૂછ્યું, 'દાદા, હું શું સેવા કરી શકું ?'

રમણભાઈએ જ વાત પોતાને હસ્તક લેતાં કહ્યું, 'મિ. ભાવુક કચ્છીનાં કેસમાં કેટલીક ગેરસમજૂતિઓ દાદાને દેખાય છે તેથી તે સમજવા અમે આવ્યા છીએ.'

લોન કેસ પેપરમાંથી સ્કોટે ખાતા નંબર લઈને ખાતું ખોલ્યું અને કહ્યું, 'પૂછો શું પ્રશ્ન છે ?'

'આ મકાનનું વેલ્યુએશન ક્યારે અને કેવી રીતે થયું ?'

'છ મહિના પહેલાં.'

'આજનો ભાવ ઘટેલો છે કે વધેલો ?'

'ઘટેલો'

'ભાવુકભાઈને તેમનું મકાન આજે વેચવું તો નથી જ. તે તબક્કામાં તેમણે શું કરવું પડે કે કૉલ સેંટર શાંત થાય ?'

'જુઓ. તેમની લોન રીફાઈનાન્સ કરીએ તો તેમનો હપતો ઘટે છે અને તેમના બાકી રહેલા હપતાઓ તે ભરી દેશે તો કૉલ સેંટર બંધ થઈ જશે.'

'ગવર્નમેન્ટની હાર્પ યોજના હેઠળ તેમનું વ્યાજ ઘટીને પોણા બે ટકા થઈ જશે.'

ભાવુકનું મ્હોં પહોળું થઈ ગયું. 'સાડા પાંચ ટકામાંથી પોણા બે ટકા ?'

'હા અને તમારો હપતો પણ ઘટશે.'

એમણે અત્યાર સુધી ભરેલા હપતામાં કેટલું મુદ્દલ વધ્યું ? અને નવી લોનની કિંમત કેટલી ?

એકાદ કલાકને અંતે જે એસ્ટિમેશન આવ્યું તે જોઈને

ભાવુકભાઈનું મોં ફરીથી પહોળું થઈ ગયું. રમણભાઈ અને ક્રીસ બંને મૂછોમાં હસતા હતા. ૮૦,૦૦૦નો આંકડો ઘટીને ૩૫૦૦૦ થઈ ગયો હતો.

ભાવુકભાઈને ભાવોનો ઊભરો આવ્યો અને બંનેને વંદન કરવા ઝૂક્યા ત્યારે ક્રીસ બોલ્યા, 'કાલ્પનિક ભય હંમેશાં બહુ ડરામણો હોય છે. તેથી જ આ ફૅક્ટ ફાઈંડિંગ કવાયતો જરૂરી છે.'

બહાર નીકળતી વખતે દાદાએ પૂછ્યું, 'આ ૩૫૦૦૦ તો છે ને ?'

ભાવુકભાઈની આંખ ઝૂકેલી હતી તેથી દાદાએ રમણભાઈને પાછા સ્કોટ પાસે મોકલ્યા અને અંગત બાહેંધરી ઉપર લોન મેળવવા "કશું ભરવાનું નહીં" (૧૦૦ ટકા લોન) કરાવી. દાદાએ બાહેંધરી કાગળો ઉપર સહી કરી.

ભાર્ગવીબહેન તો દાદાને પગે જ પડી ગયાં. 'દાદા, આ દેશમાં આવો હાથ ઝાલે તેવો કોણ હોય છે ?'

દાદા બોલ્યા, 'ભાવુકભાઈને તમારે ધાક્માં રાખવાના છે કે જો કોઈ પણ કારણસર તમે હપતો નહીં ભરો તો મારે ભરવાનો આવશે. અને મીરા તો મને મુંબઈ ભેગો જ કરશે. અને સોશિયલ સિક્યોરીટી આખા વરસની ભેગી કરીશ ત્યારે તમારો એક મહિનાનો હપતો થાય તે તો તમને ખબર છે ને ?'

'હા દાદા, હવે બૅંકનું ખાતું એમના હાથમાં નહીં, મારે જ વ્યવસ્થા કરવાની.' આંખો ભરાયેલી હતી ત્યારે દાદાએ

મજાક કરતાં કહ્યું, 'જ્યારે બજાર ઊંચું જાય અને નફો થાય તો જરૂરિયાતમંદોમાં થોડું વહેંચજો. અને કદચ જીવતો હોઈશ તો તે લાઇનમાં ક્યાંક હું ઊભો હોઉં તો ઓળખજો હં કે ?'

સૌ હસી પડ્યાં પણ ભાવુકભાઈ તો ભાવુક હતા...તેમની આંખો છલકાતી હતી અને અહોભાવ આંસુ બનીને નીતરતો હતો.

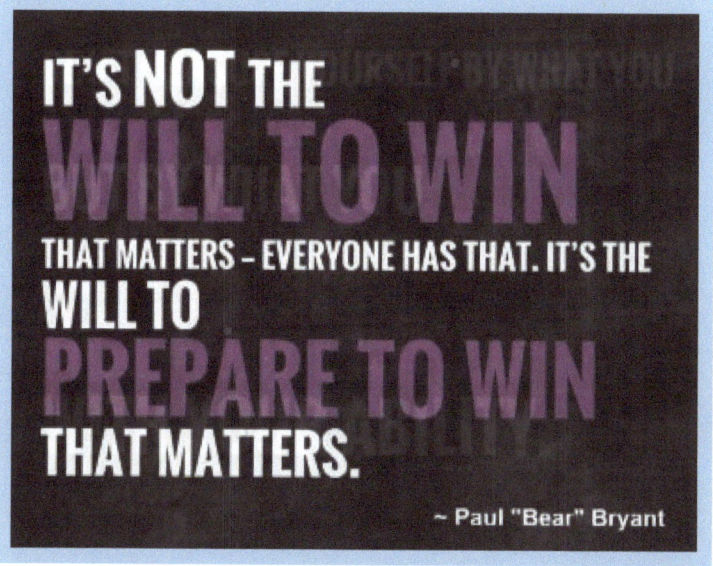

32 હોમાઈ વ્યારાવાલા

બીજે દિવસે ભુજનું મકાન અને મુંબઈની પ્રોપટી ઉપર ચર્ચા થવાની હતી.

ગાંધીનગરમાં કૃષ્ણ બુચ જે ક્રીસ બક્ષીના માસિયાઈ ભાઈ હતા તેમની સાથે ફોન ઉપર વાત કરતાં કરતાં ક્રીસે જાણી લીધું કે મકાન દીઠ સરકારી રાહતો પાંચ લાખ હતી પણ ભાવુકભાઈનું મકાન મોટી તારાજીવાળા વિસ્તારથી ખાસું દૂર હતું. આખું ભુજ જમીનમાં દટાઈ ગયું હતું. જોકે ભૂકંપના પાછલા ઝટકાઓને કારણે દીવાલો પડી ગઈ હતી. ભાવુકભાઈનું ધાબું તૂટ્યું હતું પણ ફરીથી તેને બંધાવતા પહેલાં આખું તોડવું પડશે અને જેમ છે તેમ હાલતમાં વેચે તો જગ્યાના ભાવો મળે તે પણ રાહતો જેટલા જ.

મુંબઈ તો 'ભાઈઓ'ની જોરાજોરી. મકાન ખાલી કરવાના પણ ભાડવાતો પૈસા માગે. નવાં બાંધકામોમાં પણ પૈસા વેરીને, માળો તોડીને ખાલી કરવા ત્યાં રહેવું પડે અને તેના ઉપર મલ્ટી સ્ટોરી બાંધીને વેચીને નીકળતાં વરસો વહી જાય.

તેથી નિદાન એ જ આવ્યું કે બેચાર વરસે તે દિશામાં વિચારીશું.

સુવર્ણા કહે, 'દાદા, આ વાત તો અધૂરી છે.'

ક્રીસ કહે, 'એટલે તો તને તે વાત કહી નહોતી...પણ એક વાત સારી છે કે ભાવુકભાઈ યોગેશ જાની નથી અને ભાર્ગવી સાચા મનથી પ્રયત્ન કરી હપતા ભરે છે.'

સુવર્ણા પૂછે છે, 'પેલા રમણીક અગ્રવાલનું શું થયું ?'

જો સુવર્ણા ! રમણીક અગ્રવાલ જેવા માણસો જ મને સક્રિય રાખે છે. અને કેટલાક માણસો મારા ગુણને માને છે તો કેટલાક મારી કામ કરવાની પદ્ધતિને શંકાની નજરે જૂએ છે. જોકે મારા અનુયાયીઓ તેવા લોકો કરતાં વધુ છે અને તેથી હું હજી સક્રિય છું. પણ હવે મને એવાં જ કામો મળે છે જ્યાં પહેલા પ્રયત્ને સફળતા નથી મળતી.

હું એવું માનું છું કે જેને જરૂર છે તેમને હું મારું જ્ઞાન વહેંચુ છું, મારો આ દેશને, આ સમાજને પાછું વાળવાનો સમય છે. અને તેથી જ કહેતો હોઉં છું કે આપવું એટલે પામવું. એ આપતાં મને પ્રભુની સૌ વાતો યાદ આવે છે. તેમણે વાયુ, વરસાદ અને સૂરજચાંદની વ્યવસ્થા રાખી પણ ક્યારેય તેનું બીલ આવ્યું ?

અનાજ, ફળફૂલ અને વનસ્પતિ અમર્યાદ ઉગાડી. તેનું કદી કોઈ ભાડું કે ભાવ લીધાં છે ? કુદરતની જેમ જ્યાં જેવી શક્તિ તેવું પાછું વાળો અને મનને કેળવો કે સાથે ક્યાં કશું આવવાનું છે ? આમ વિચારશો ત્યારે જ પૈસાનું વળગણ ઘટશે અને હેતનાં હાટ કે હિલોળા વધશે. પૈસા જરૂરી છે પણ તેથી વધુ જરૂરી સંબંધો છે. સંબંધો માટે પૈસા એક પરિબળ છે પણ પૈસા સિવાય હૂંફ અને હેત પણ જરૂરી છે તેવી સમજણ જ પેઢી દર પેઢી આગળ વધે તે જરૂરી છે.

સુવર્ણા આ બધું નોંધી ચૂકી હતી અને હવે આગળ શું એ પ્રશ્ન એના મોં ઉપર તરી રહ્યો હતો. ૯૨ વર્ષ સુધી તો મેં આપણા દેશીઓની સેવા કરી. હવે હું સ્પેનીશ શીખી ને તે કૉમ્યુનિટીમાં પણ સક્રિય થઈશ. તેઓમાં પણ આવું જ અજ્ઞાન વ્યાપ્ત છે.

'પણ દાદા, આ ઉંમરે તમને સ્પેનીશ આવડશે ?'

'જો સાંભળ બહેન ! મને વર્ષોએ એ શીખવ્યું છે કે ઉંમર એ માત્ર આંકડો છે અને શીખવા માટેની કોઈ ઉંમર હોતી નથી. હમણાં બીરેન કોઠારી એ લખેલી હોમાય વ્યારાવાલાની વાત યાદ આવે છે.

તેઓ જાત માટે પૂરેપૂરો સમય ફાળવવા છતાં, તે સ્વકેન્દ્રી નહોતાં. એકલાં રહેવા છતાં તે એકલવાયાં નહોતાં. 'સ્મૉલ, સિમ્પલ એન્ડ બ્યુટિફૂલ'નું સૂત્ર તેમને બહુ ગમતું અને તેમણે ખરા અર્થમાં તેને આત્મસાત કરેલું. નાનામાં નાની અને તુચ્છમાં તુચ્છ વસ્તુનો બગાડ કરવામાં તે માનતાં

નહીં. પોતાને જરૂર હોય એવી ચીજવસ્તુઓ બને ત્યાં સુધી જાતે જ બનાવી લેવાની તેમની આવડત તેમણે કેળવેલી. આને કારણે કોઈ પણ ચીજ તેમને નકામી ન લાગતી. આ માટે કરવત, સ્ક્રૂ ડ્રાઈવર, હથોડી, પાનાં-પક્કડ ઉપરાંત ડ્રીલ મશીન જેવાં જરૂરી સાધનો તેમના ઘરમાં ચાલુ સ્થિતિમાં, તદ્દન હાથવગાં ગોઠવાયેલાં જોવા મળતાં. નાના-મોટા સ્ક્રૂ, નટ-બોલ્ટ, તાર, વૉશર તેમજ બીજી કેટલીય ચીજો તેમના ડ્રોઅરમાં એ રીતે મુકાયેલી હોય કે જોઈએ ત્યારે એ તરત જ મળે. તેમની કારીગરી અને કૌશલ્ય એવાં સફાઈદાર કે તેમાં એક જાતની સાદગી અને સૌંદર્ય બન્ને જોવા મળે. કાગળની નાનામાં નાની ચબરખીનો એ યોગ્ય ઉપયોગ કરતાં. ટપાલમાં આવતાં એન્વેલપની ધાર ઉખાડે અને તેને ઊંધું કરીને ચોંટાડે એટલે એ ફરી વાપરવા લાયક બની જતું. ફૂલછોડ તેમને બહુ પસંદ હતા, પણ પ્રસંગોપાત્ત કોઈ બુકે આપે તો એમને જરાય ન ગમતું. તેમને મળવા આવનારા ગુલાબના બુકે લઈને આવતા ત્યારે અને ઢગલાબંધ ગુલાબની નિર્મમ હત્યા થયેલી જોઈને હોમાયબહેનનો જીવ બળી જતો. તેમને લાગ્યું કે બુકે લાવનારને તો રોકી શકાય એમ નથી, એટલે એ ગંભીરતાથી વિચારતાં હતાં કે હવે ગુલકંદ બનાવતાં શીખી જવું પડશે, જેથી ગુલાબનો સદુપયોગ થઈ શકે ! મોબાઈલ ફોન આવ્યા ત્યારે તેમણે રસપૂર્વક તેનાથી કરી શકાતાં કાર્યો વિષે પૂછપરછ કરી હતી. એ પછી થોડા વખતમાં જ તેમને લાગ્યું કે પોતાને તે બહુ ઉપયોગી થઈ પડશે, એટલે ચોરાણુ-પંચાણુની ઉંમરે

તેમણે મોબાઈલ ફોન વસાવી લીધેલો. તેમને સાંભળવાની મુશ્કેલી ઘણી હતી, એટલે એસ.એમ.એસ. કરતાંય તે શીખી ગયાં હતાં.

હોમાયબહેન પોતે વાંચનનાં શોખીન હતાં, પણ એ સિવાય બાગકામ, ઈકેબાના, રસોઈ વગેરે અનેક બાબતોમાં તેમની સર્જકતાનો સ્પર્શ જોઈ શકાતો. ચોરાણુ-પંચાણુ વરસની ઉંમરે તે કહે કે પોતાને ફાજલ સમય નથી મળતો, ત્યારે એ આપવડાઈ નહીં, પણ હકીકત હતી. પોતે એકલાં હોવા છતાં ભોજનમાં વિવિધ વાનગીઓ બનાવવામાં અને પ્રયોગો કરવામાં તેમને કંટાળો ન આવતો. પોતાના શરીરને તે એ હદે ઓળખતાં કે મોટે ભાગે નાની નાની બીમારીનો ઈલાજ જાતે જ કરી લેતાં. પોતાની તંદુરસ્તીનાં ગાણાં ગાવામાં કે બીમારીની ફરિયાદ કરવામાં તેમને જરાય રસ ન હતો. આટલા દીર્ઘ જીવનમાં કેવળ બે જ વાર તેમને હૉસ્પિટલમાં રહેવાનું બન્યું હતું, જેમાં એક વાર તો પ્રસૂતિ માટે ફરજિયાત રહેવું પડ્યું હતું. પોતાની ઉંમરની દુહાઈઓ આપીને યુવાનોને તે સંદેશ કે ઉપદેશ આપવા બેસી ન જતાં, પણ ક્યારેક વાતવાતમાં સહજપણે એવી વાત કહી દેતાં કે સ્વસ્થ જીવન જીવવાનો નુસખો મળી જાય.

તે કહેતાં, 'દરેક જણે જીવનમાં અમુક શોખ કેળવી રાખવા જોઈએ. પોતે કારકિર્દીમાં વ્યસ્ત હોય ત્યારે કદાચ એ શોખ પાછળ સમય ન આપી શકાય તો વાંધો નહીં, પણ પાછલી ઉંમરે એને વિકસાવાય તો તે બહુ મદદરૂપ થઈ શકે

છે.' તેમણે ખાસ તો એ વાત પર ભાર મૂકેલો કે વાંચવા સિવાય, હાથથી થઈ શકે એવા બે-ચાર શોખ પણ કેળવી રાખવા જોઈએ, જેથી ઉત્તરાવસ્થામાં કદાચ આંખો નબળી પડે તો પણ પેલા શોખને કારણે રસ જળવાઈ રહે.

જો તેઓ મોટી ઉંમરે મોબાઈલ શીખી શકે તો હું સ્પેનીશ કેમ ન શીખી શકું ?

મુક્તાબાએ માથું હલાવીને હા પાડતાં કહ્યું કે હા, તેઓ બધું જ કરી શકે છે. અને તેઓ કરશે અને સ્પેનીશમાં પણ તેમના જ્ઞાનના વારસા માટે બેપાંચ લેખક ગોઠિયા પણ શોધશે.

પાછળ પશ્ચાદભૂમાં ગીત વાગતું હતું :

આપવું એટલે પામવું,
આપ્યા પછી ન કોઈ આશ;
આપો જ્ઞાન અને પામો હાશ,
હાશ એ જ મોટી ધનરાશ.

અને રતનલાલ તેમને લઈને કૉમ્યુનિટી કૉલેજમાં સ્પેનીશ ક્લાસ ભરવા લઈ જતા હતા.

સંપૂર્ણ

હરિકૃષ્ણ મજમુંદાર

હરિકૃષ્ણનો જન્મ વડોદરામાં ૧૯૧૯મા થયો હતો. શાળાનો અભ્યાસા વડોદરામાં જ કર્યો. ત્યારબાદ વડોદરાની કોલેજમાંથી બી.એ. કરી, કાયદાનો અભ્યાસ કરવા અમદાવાદ ગયા અને ૧૯૪૧ માં એલ.એલ.બી. ની ડીગ્રી મેળવી.

૧૯૪૧ માં એક ટેક્ષટાઈલ મિલમાં નોકરી શરૂ કરી. ૧૯૪૩ માં એમને મુંબઈમાં એકાઉન્ટન્ટ જનરલની ઓફીસમાં નોકરી મળી. નોકરી કરતાં કરતાં જ, ૧૯૪૮ માં એમણે બી. કોમ. ની ડીગ્રી પણ મેળવી લીધી. એકાઉન્ટન્ટ જનરલની ઓફીસમાં કામ કરતા હતા ત્યારે ૧૯૬૦ માં તેમને ભાભા એટોમિક સેંટરમાં મોકલવામાં આવ્યા, અને ત્યાં કાયમ થયા. ૧૯૭૭ સુધી ત્યાં કામ કરીને નિવૃત્ત થયા.

નિવૃતિબાદ આઠ વર્ષ સુધી વિદ્યાર્થીઓને ટ્યુશન આપવાના અને બીજા નાના મોટા કામ કર્યા. ૧૯૮૫ માં દિકરીએ એમને અમેરિકા તેડાવ્યા. તેમના કહેવા પ્રમાણે અમેરિકા આવવા પાછળ એમના મનમાં કોઈ યોજના ન હતી, એ માત્ર એમના સંજોગોનો તકાદો હતો. એમના શબ્દોમાં કહું તો, “ભારતમાં મારા નિવૃતિબાદના વર્ષો ઉપર મારૂં કોઈ નિયંત્રણ ન હતું, સંજોગોને આધિન સમય વ્યતિત થતો હતો.”

૧૯૮૫ માં તેઓ અમેરિકા આવ્યા. અમેરિકામાં આવીને એમણે કોમ્યુનીટી કોલેજમાં કેલ્ક્યુલસ અને શેક્સપિયરનો ઊંડો અભ્યાસ કર્યો. કેલક્યુલસ વિષયમાં તો તેમણે “ફેક્ટ-રાઈકઝેસન” નામનું પુસ્તક પણ લખ્યું. ત્રણ વર્ષ સુધી ઈન્ડિયા પોસ્ટ નામના છાપા માટે કોલમ લખી.

અમેરિકામાં મોટી ઉંમરના ભારતીયોની વિટંબણાઓથી જેમ જેમ પરિચિત થતા ગયા તેમ તેમ તેનો ઉકેલ લાવવા સિનિયરોને લગતા કાયદાઓ અને સિનિયરોની અપાતી છૂટછાટનો અભ્યાસ કરતા ગયા. ભારતથી આવતા લોકોની સોશ્યલ સીક્યુરીટી, ઈમિગ્રેશન અને અન્ય વિષયની ગુંચો ઉકેલવાની મદદમાં લાગી ગયા. વડિલોની મુંઝવણો સમજી લઈને એનો સમાધાન પૂર્વક ઉકેલ લાવવામાં મદદરૂપ થવા લાગ્યા. ૨૦૦૨માં અમેરિકાની વેલ્ફેર યોજનાની માર્ગદર્શિકા “ભુલભુલામણીનો ભોમિયો” (Mapping of the Maze) પુસ્તક લખીને સિનિયરોને માર્ગદર્શન આપ્યું. અનેક સ્થળોએ

સિનિયરોને માર્ગદર્શન આપવા વ્યાખ્યાનો આપવાનું શરૂ કર્યું. અમેરિકાના સેનેટરોને, અદાલતોને, પત્રકારોને અને નેતાઓને પત્રો અને પીટિશન્સ લખી લોકોને ન્યાય અપાવવા લાગ્યા. બસ લોકો તેમને દાદાના હુલામણા નામથી ઓળખતા થયા.

એમણે સિનિયરોને સલાહ આપી કે સ્વાલંબી બનો, પરિવારમાં મદદરૂપ બનો, જીવન માત્ર જીવો જ નહિં પણ એને માણો. પોતે પોતાની પુત્રીના બેકયાર્ડમાં પોતાનો ઓરડો બાંધી સ્વાલંબી જીવન જીવીને ઉદાહરણ પૂરૂં પાડે છે.

તેમની સેવા ની પ્રવુતિ માટે તેમનેઘણા એવોર્ડ મળ્યા છે, Santa Clara County ના Human Resources Commission તરફથી "Toni Sykes Memorial Award ''દાદાને મળ્યો છે. દાદા પોતે કાયમી વસવાટ માટે પરદેશથી આવેલ વસાહતી છે. ૨૦૧૧માં તેમણે ''સાઉથ એશિયન સિનયર સર્વિસ એસોસીએશન'' રચ્યું છે. આજની તારીખે દાદા છેલ્લાં માં છેલ્લાં કાયદા અને નિયમો વિષે પોતાને માહિતગાર રાખે છે અને ઝીણવટ, સમજ અને અનુભવી કોઠાસુજથી લોકોના વણઉકેલ્યા કોયડાને ઉકેલે છે. દાદાજીની વાત સીનિયરોને અને ભવિષ્યની પેઢીને વિચારતા કરી મૂકે તેવી મૌલિક છે. દાદા કહે છે.'' અમેરિકામાં રહેનાર ભારતીય સીનિયરો પોતાના સાંકડા વર્તુળમાં પોતાનું જીવન જીવી નાખે, તેના કરતાં બહાર આવી અહીંનાં સમાજની વિશેષતા માણે તો આનંદપુર્ણ જીવન જીવી શકે. ''સ્વ'' પરથી નજર

હટાવી "અમારા" પર નજર કરવાની જરૂર છે. હકારાત્મક જીવનમાં સુખી થવાનો આ ગુરૂમંત્ર છે. દાદાની વડિલોને સલાહ છે કે બાળકો ઉપર તમારા સિધ્ધાન્તો અને તમારા અનુભવો ન થોપતા. શક્ય છે કે બદલાયલા સંજોગ અને બદલાયલા સમયમાં એ એમને ઉપયોગી ન પણ થાય.

દાદા કહે છે, " અહીં અમેરિકામાં હું મારા જીવનનું નિયંત્રણ કરી શકું છું, કારણ કે અહીં લોકો નૈસર્ગિક જીવન જીવે છે. લોકો અહીં માન અને પ્રેમના ભૂખ્યા છે, અને અન્યોને પણ તેઓ માન અને પ્રેમ આપે છે. મને મારા કાર્યના બદલામાં પૈસાની ભૂખ નથી, લોકો મને જાણે, મારા કાર્યની નોંધ લે, મારા માટે એ જ પુરતું છે. અહીં તમે કંઈપણ ન કરો તો જ તમારૂં કાર્ય વણનોંધ્યું રહે."

—પી. કે. દાવડા

વિજય શાહ

વિજયભાઈનો જન્મ ૧૯૫૨ માં એક મધ્યમ વર્ગી કુટુંબમાં, ભરૂચમાં થયો હતો. એમના પિતા સરકારી નોકરીમાં હોવાથી સમયાંતરે થતી બદલીઓને લીધે એમનું શાળાનું શિક્ષણ અનેક શહેરોમાં થયું. આખરે ૧૯૭૫ માં નડિયાદથી એમ.એસસી (માઈક્રો બાયોલોજી) કરી અભ્યાસ પૂરો કર્યો. ૧૯૭૫ માં તેમણે સારાભાઈ કેમિકલ્સમાં નોકરી શરૂ કરી. બે વર્ષને અંતે આ વિજ્ઞાનના અનુસ્નાતકને લાગ્યું કે શેરબજારમાં વધારે પૈસા છે, એટલે ૧૯૭૭ માં એમણે મુંબઈમાં શેરબ્રોકરનું કામ શરૂ કર્યું.

વિજયભાઈને સાહિત્યનો શોખ તો ૧૨ વર્ષની વયે જ લાગી ગયેલો. ૧૯૬૪ માં તેમની બાળવાર્તા "જાદુઈ વાડકો"

નૂતન ગુજરાતમાં છપાઈ. ૧૯૭૨ માં વીસ વર્ષની વયે આકાશવાણી સુધી પહોંચી ગયા અને "યુવાવાણી" કાર્યક્રમમાં ભાગ લીધો. ૧૯૭૭ માં એમનો પ્રથમ કાવ્ય સંગ્રહ "હું એટલે તમે" પ્રસિધ્ધ થયો.૧૯૮૧ માં તેમનું પહેલું નાટક દુરદર્શનમાં પ્રસારિત થયું. બસ પછી તો નવલિકા, નવલકથા, દૈનિકોમાં અને સામયિકોમાં કોલમ્સ, આમ સાહિત્યમાં આગેકુચ જારી રહી.

૧૯૯૬ માં અમેરિકા સ્થિત વિજયભાઈના મોટાભાઇએ તેમને વધુ સારા ભવિષ્ય માટે કુટુંબ સહિત અમેરિકા આવવા આગ્રહ કર્યો, અને એમની વાત માની લઈ વિજયભાઈ કાયમી વસવાટ માટે સહકુટું અમેરિકા આવી ગયા. આ નિર્ણય લેતા પહેલાં એમને ઘણો માનસિક સંઘર્ષ કરવો પડેલો, કારણ કે વયોવૃધ્ધ પિતાને ભારતમાં મૂકી અમેરિકા જવા એમનું મન માનતું ન હતું, પણ આખરે પિતાના આગ્રહ હેઠળ એમને નમતું જોખવું પડ્યું.

અમેરિકામાં પણ એમણે શેર બજારનું કામકાજ જ ચાલુ રાખવા જરૂરી લાયસેંસ મેળવી લઈ, ધંધો શરૂ કરી દીધો. અહીં પણ એમનો સાહિત્ય રસિયો જીવ ક્યાં ઝંપીને બેસવાનો હતો? અમેરિકામાં સ્થાયી થયા કે તરત જ એમણે સાહિત્ય રસિયાઓના સાથ શોધી કાઢ્યા અને એમની પ્રવૃતિઓમાં સક્રીય થઈ ગયા. પ્રિન્ટ મીડિયામાં લખવાનું શરૂ કર્યું. ૧૯૯૬ થી ૨૦૦૨ સુધી આ પ્રવૃતિઓ ચાલુ રહી. આમા ખાસ નોંધવા જેવી વાત તો એ છે કે 'ગુજરાતી સમાજ ઓફ હ્યુસ્ટન'માં તેના માસિક

"દર્પણ"નું ૧૯૯૭ થી ૨૦૦૨ સુધી સંપાદન કર્યું. એજ સમય દરમ્યાન સર્જક મિત્રો સાથે મળી "ગુજરાતી સાહિત્ય સરિતા" શરૂ કર્યું. ૨૦૦૨માં ઈન્ટરનેટમાં ગુજરાતી બ્લોગ્સના પગરણ થયા. વિજયભાઈએ બ્લોગ્સના સંચાલકોનો સંપર્ક કરી, પોતાના લખાણો આ નવા માધ્યમમાં મૂકવાની શરૂઆત કરી. ૨૦૦૬ સુધી આ બ્લોગ્સ યુનિકોડમાં ન હતા, અને બ્લોગ્સમાં ગુજરાતીમાં લખવાનું આજના જેવું સરળ ન હતું. તે છતાં કેસુડા, અભિવ્યક્તિ,ઝાઝી વગેરે બ્લોગ્સ ઝડપથી લોકપ્રિય થવા લાગ્યા હતા. ૨૦૦૬ પછી વિશાલ મોણપરા અને અન્ય વ્યક્તિઓના પ્રયાસોથી સાદા કોમપ્યુટરમાં ગુજરાતી અક્ષરો લખવાનું સહેલું થઈ ગયું, અને બસ ગુજરાતી બ્લોગ જગતમાં તો જાણે ઊભરો આવ્યો. આ ઊભરાની શરૂઆતમાં જ વિજયભાઈએ પોતાના થોડા બ્લોગ્સ શરૂ કરી દીધા. ટેકનોલોજીમાં નિષ્ણાત મિત્રોએ એમને મદદ કરી, તો એમણે અન્ય લોકોને પોત પોતાના બ્લોગ્સ શરૂ કરવા માટે પ્રેરણા આપી અને સક્રીય મદદ કરી. એમની ખાસ નોંધવા જેવી સાહિત્ય પ્રવૃતિ છે "સહિયારૂં સર્જન". એકથી વધારે લેખકો સાથે મળી એક નવલકથા લખે, અથવા સાહિત્યના અન્ય પ્રકારનું સર્જન કરે; એમના આ વિચારે ગુજરાતી બ્લોગ જગતમાં એક નવું સોપાન સર કર્યું છે. એમના પોતાના લખાણો ગણાવા બેસું તો ઘણાંબધા પાના ભરાઈ જાય.

ગુજરાતી બ્લોગ્સની સંખ્યા જે ઝડપથી વધવા લાગી એને લીધે ગુજરાતી વાંચકોને કયા બ્લોગમાં શું છે અને એને

કેમ શોધવા એવી મુશ્કેલીઓ પડવા લાગી. વિજયભાઈએ થોડા મિત્રોની મદદથી એક એવો બ્લોગ બનાવ્યો કે જેમાં બ્લોગની લીંક, બ્લોગના સંચાલકનું નામ અને બ્લોગ વિશે માહિતીનો સમાવેશ કરી લેવામા આવ્યો. એમના પોતાના ખૂબ જાણીતા ત્રણ બ્લોગ્સના નામ છે.

ભગવદ ગો મંડલ જેવું ઓનલાઈન મુકાયુ ત્યારે બ્લોગર મિત્રોને અજાણ્યા અને અઘરા શબ્દો શોધવાની હાકલ કરી અને અંગ્રેજી ભાષાનો પાયાનો પ્રકાર "સ્પેલ બી" ગુજરાતી શબ્દ સ્પર્ધાનાં નામે વિશાલ મોણપરા, કાંતિભાઈ કરસાલીયા અને હીના બહેન પરીખ જેવા બ્લોગ મિત્રો સાથે તૈયાર કર્યુ

આજે પણ વિજયભાઈ હ્યુસ્ટનમાં સાહિત્ય પ્રેમીઓ દ્વારા વર્ષોથી ગુજરાતી સાહિત્યનો પ્રચાર અને પ્રસાર કરતી સંસ્થા "ગુજરાતી સાહિત્ય સરિતા"ની નિયમિત ભરાતી બેઠકોમાં આગળ પડતો ભાગ લે છે. ભારતમાં ને અમેરિકામાં રહેતા ગુજરાતીઓને લખવા માટે પ્રેરિત કરે છે અને માર્ગદર્શન આપે છે. હું અમેરિકામાં સ્થાયી થવા જાન્યુઆરી ૨૦૧૨માં આવ્યો ત્યારે મને આવકાર આપતા જે લોકોએ ઈ-મેઈલ મોકલ્યા એમાં વિજયભાઈ પણ સામિલ હતા. હું જ્યારે પણ લેખન પ્રવૃતિમાં ધીમો પડું ત્યારે વિજયભાઈ ધક્કો મારી પાછો મને કામે લગાડી દે છે.

વિજયભાઈના બધા લખાણોને આવરી લેવાનું તો મારૂં ગજું નથી તો પણ એમના ત્રણ પુસ્તકોનો ઉલ્લેખ કર્યા વગર હું ન રહી શકું.

"વસવાટ વિદેશે" નામના પુસ્તકમાં વિજયભાઈએ, ભારતથી કાયમી વસવાટ માટે અમેરિકા આવતા લોકોને, અહીંની રહેણી કરણી, અહીં પડતી તકલીફો અને તેના નિરાકરણ અંગે સરસ માહિતી પૂરી પાડી છે. મારા મતે પહેલીવાર અભ્યાસ માટે અમેરિકા આવતા વિદ્યાર્થીઓ અને બાળકો સાથે કાયમી વસવાટ માટે આવતાં મા-બાપ બન્ને માટે આ પુસ્તક એક સરખું ઉપયોગી છે.

"મન કેળવો તો સુખ" પુસ્તકમાં એમણે હકારાત્મક જીવન જીવવાનો કક્કો શીખવ્યો છે.. એક જ વાક્યમાં કહેવું હોય તો Think positive. અનેક લોકોએ અલગ અલગ રીતે આ વાત કહી છે, નરસિંહ મહેતાએ કહ્યું, "સુખ દુખ મનમાં ન આણીએ, ઘટ સાથે રે ઘડિયાં" તો નરસિંહરાવ દિવેટિયાએ લખ્યું છે, "સંસારની આ ઘટમાળ એવી, દુખ પ્રધાન સુખ અલ્પ થકી ભરેલી." અહીં વિજયભાઈનું કહેવું છે "સારૂં વિચારો, દુખનો અહેસાસ આપોઆપ ઓછો થઈ જશે."

"નિવૃતિની પ્રવૃતિ" પુસ્તકમાં એમણે જીવનના આખરી પડાવ પર આવી પહોંચેલા માણસોને સમજાવ્યું છે. ઘડપણ શ્રાપ નથી, પણ અનેક સોનેરી તકોથી ભરેલો જીવનનો એક તબ્બકો છે. એને માણો, એનો સદુપયોગ કરો. પોતે આનંદ માણો અને અન્યોને પણ આનંદ આપો. ટૂંકમાં તેઓ કહેવા માગે છે કે, નિવૃત્તિના સમયમાં પ્રવૃત્ત રહેવા આર્થિક સ્વાવલંબન જરૂરી છે. નિવૃત્તિ પછીની આર્થિક પરિસ્થિતિ તમારા પ્રવૃત્તિ સમય જેટલી જ સધ્ધર રહે તેવું આયોજન

કરો. એટલે કે "When there is silver in your hair, there should be sufficient gold in your purse."

વધુમાં તેમનું કહેવું છે, આપણા મનની ધરબી રાખેલી ઈચ્છાઓને નિવૃત્તિ સમયમાં સાકાર કરવાનો અવસર મળે છે. તંદુરસ્તીને પ્રાથમિકતા આપો, દુનિયાની ઘટનાઓથી માહિતિગાર રહો, જ્ઞાનવર્ધક, જીજ્ઞાસા સંતોષાય તેવી, આધ્યાત્મિક, ધાર્મિક ચેનલો માણો. શક્ય હોય તો પ્રવાસ યાત્રાઓમાં જોડાવ. વાંચનનો શોખ આવકારદાયક છે, તમને રસ પડે તેવા વિષયોનું નિયમિત વાંચન કરો. જૂના મિત્રોને મળો, સંબંધોમાં તાજગી લાગશે." આજે હ્યુસ્ટનની ગુજરાતી સાહિત્ય સરિતાનું સંચાલન બળ એટલે વિજય શાહ અને તેમના જેવા સર્જક મિત્રો છે. સાહિત્યપ્રેમી વ્યક્તિની કલાનું ઉજળું પાસુ જોનાર અને તેની કલાને બહાર લાવવાના કામમાં નિરંતર કાર્યરત વ્યક્તિ એટલે વિજય શાહ. નિસ્વાર્થ ભાવે ભાષા-સેવાનો ભેખ લઈ બેઠેલ મિતભાષી વ્યક્તિ એટલે વિજય શાહ. માતૃભાષા પ્રત્યેની લગન, તેમના વ્યક્તિત્વનું મુખ્ય પાસું. અનેક સર્જકોના ગુજરાતી બ્લોગ નેટ પર ખોલી આપવાવામાં તેમનો સક્રિય ફાળો છે. હું કહું છું કે કોઈવાર મોકો મળે તો વિજયભાઈના હૃદય ઉપર સ્ટેથોસ્કોપ મૂકી જુઓ, એમના હૃદયના ધબકારા પણ તમને ગુજરાતીમાં સંભળાશે.

માણસોને મળવા હંમેશા ઉત્સુક માણસ એટલે શ્રી વિજય શાહ.

—પી. કે. દાવડા

www.ingramcontent.com/pod-product-compliance
Lightning Source LLC
Chambersburg PA
CBHW041429300426
44114CB00002B/17
9789383767120